ജോസഫ് നുയെൻ, മറ്റുള്ളവരെ അവരുടെ ദൈവിക ഉദ്ദേശ്യം സാക്ഷാത്കരിക്കാനും അവരുടെ സ്വന്തം മനസ്സിന്റെ അനന്തമായ സാധ്യതകൾ വെളിപ്പെടുത്താനും മാനസികമായ കഷ്ടപ്പാടുകളിൽ നിന്ന് മുക്തമായ, സമൃദ്ധമായ ജീവിതം നയിക്കാനും സഹായിച്ചുകൊണ്ടിരിക്കുന്ന ദൗത്യബോധമുള്ള ഒരു ആത്മീയ ചിന്താ നേതാവാണ്. അദ്ദേഹം തന്റെ ഭൂരിഭാഗം സമയവും, മറ്റുള്ളവരെ അവരുടെ ഉള്ളിൽ സ്വന്തം ദൈവത്വം കണ്ടെത്താൻ സഹായിക്കുന്നതിനും, അവരുടെ ജീവിതത്തിലുടനീളം അവർ അന്വേഷിക്കുന്ന ഉത്തരം എങ്ങനെയാണെന്നും അറിയുന്നതിനായി അവരെ എഴുതാനും അഭ്യസിപ്പിക്കാനും പഠിപ്പിക്കാനും സംസാരിക്കാനും സമയാതീതമായ ജ്ഞാനം പങ്കിടാനുമായി ചെലവഴിക്കുന്നു.

നിങ്ങളുടെ ചിന്തകളെയെല്ലാം വിശ്വസിക്കരുത്

ജോസഫ് നയെൻ

വിവർത്തനം : ശിൽപ ബേബീന്ദ്രൻ

MANJUL

മഞ്ജുൾ പബ്ലിഷിങ് ഹൗസ്

First published in India by

MANJUL

Manjul Publishing House

Corporate and Editorial Office

• 2nd Floor, Usha Preet Complex,
42 Malviya Nagar, Bhopal 462 003 - India

Sales and Marketing Office

• C-16, Sector 3, Noida, Uttar Pradesh, 201301, India

Website: www.manjulindia.com

Distribution Centres

Ahmedabad, Bengaluru, Chennai, Hyderabad,
Kochi, Kolkata, Mumbai, New Delhi, Pune

Malayalam translation of
Don't Believe Everything You Think by Joseph Nguyen.

Original English language edition published by Joseph Nguyen,
Florida, USA. Arranged via Licensor's Agent: DropCap Inc.

This edition first published in India in 2025

ISBN 978-93-5543-213-1

Translation by Shilpa Babeendran

Cover design: Bhavi Mehta

Printed and bound in India by Repro India Ltd.

കെന്നയ്ക്കായി,

നിരുപാധികമായ സ്നേഹമെന്നത് യഥാർത്ഥത്തിൽ എന്താണെന്നും, അതിന് ഈ ലോകത്തെ എങ്ങനെ മാറ്റാൻ കഴിയുമെന്നും എന്നെ പഠിപ്പിച്ച ഭൂമിയിലെ ഒരു മാലാഖ

ഉള്ളടക്കം

കൃതജ്ഞത

സിഡ്നി ബാങ്കുകൾക്ക് നന്ദി, നിങ്ങൾ കണ്ടെത്തിയ തത്വങ്ങൾ ലോകവുമായി പങ്കിട്ടതിന്. നിങ്ങൾ കാരണമാണ് എന്റെ ഉള്ളിലെ സത്യം കണ്ടെത്താൻ എനിക്ക് കഴിഞ്ഞതും അത് ലോകവുമായി പങ്കിടാനുള്ള അവസരം ഇപ്പോൾ ലഭിച്ചതും.

എന്റെ ജീവിതത്തെ എന്നെന്നേക്കുമായി മാറ്റിമറിച്ച മൂന്ന് തത്വങ്ങൾ എന്നോടൊപ്പം പങ്കിട്ടതിന് എന്റെ അധ്യാപകരും ഉപദേശകരുമായ ജോ ബെയ്‌ലി, മൈക്കൾ നീൽ എന്നിവർക്ക് നന്ദി. നിങ്ങളുടെ മഹാമനസ്കതയ്ക്കും സേവാഭാവമുള്ള ഹൃദയത്തിനും ഞാൻ അനന്തമായ നന്ദി രേഖപ്പെടുത്തുന്നു. നിങ്ങൾ മറ്റുള്ളവർക്കായി ചെയ്തുകൊണ്ടിരിക്കുന്നതിനും, ചെയ്യാൻ പോകുന്നതിനും നന്ദി.

എന്റെ എല്ലാ പ്രിയ സുഹൃത്തുക്കൾക്കും കുടുംബാംഗങ്ങൾക്കും (അമ്മ, അച്ഛൻ, ആന്റണി, ജെയിംസ്, ക്രിസ്റ്റ്യൻ, ബ്രയാൻ, കൂടാതെ മറ്റെല്ലാവർക്കും) നന്ദി, എന്നിലെ ദൈവാധീനം കണ്ടെത്താൻ എന്നെ സഹായിച്ചതിനും ഈ പുസ്തകം എഴുതാൻ എന്നെ പ്രോത്സാഹിപ്പിച്ചതിനും. നിങ്ങളിൽ ഒരാളുടെയെങ്കിലും അഭാവം ഉണ്ടായിരുന്നുവെങ്കിൽ ഈ പുസ്തകം ഉണ്ടാകുമായിരുന്നില്ല. നിങ്ങൾ നിമിത്തം, എന്നിലും ഈ പുസ്തകം കാണുന്ന ആരിലും നിങ്ങൾ ചെലുത്തുന്ന സ്വാധീനം അനന്തമാണെന്നും ഇനിയും ജനിക്കാനിരിക്കുന്ന തലമുറകളുടെ ജീവിതത്തെ മാറ്റിമറിക്കുമെന്നും നിങ്ങൾ അറിയുക.

നന്ദി, കെന്ന, ഞാൻ ഇതുവരെ അനുഭവിച്ചിട്ടുള്ളതിൽ വച്ച് ഏറ്റവും മനോഹരമായ, ഉജ്ജ്വലമായ ഒരാളായതിനും യഥാർത്ഥ നിരുപാധികമായ സ്നേഹം എന്താണെന്ന് എനിക്ക് കാണിച്ചുതന്നതിനും. നിങ്ങളുടെ ഹൃദ്യമായ സാന്നിദ്ധ്യത്താൽ

ഞാൻ എന്നെന്നേക്കുമായി വിനയാന്വിതനാണ്, എന്നോടും നിങ്ങൾ കണ്ടുമുട്ടുന്ന എല്ലാവരോടുമുള്ള നിങ്ങളുടെ ഒരിക്കലും അവസാനിക്കാത്ത സ്നേഹത്തിന്റെ സമ്മാനത്തിന് നന്ദിവാക്കുകൾ ഒരിക്കലും മതിയാകില്ല.

ആമുഖം

ഈ പുസ്തകത്തിൽ നിങ്ങൾക്ക് എന്തെല്ലാം കണ്ടെത്താൻ കഴിയും, അവ നിങ്ങൾക്ക് എങ്ങനെ പരമാവധി പ്രയോജനപ്പെടുത്താൻ കഴിയും

നിങ്ങൾ തിരഞ്ഞതെല്ലാം കണ്ടെത്താൻ ഈ പുസ്തകം നിങ്ങളെ സഹായിക്കും. ജീവിതകാലം മുഴുവൻ നിങ്ങൾ നേരിട്ട എല്ലാ ചോദ്യങ്ങൾക്കുമുള്ള ഉത്തരങ്ങൾ ഈ പുസ്തകത്തിൽ ലഭിക്കും. ഇത് വളരെ ധീരമായ ഒരു പ്രസ്താവനയാണെന്ന് ഞാൻ മനസ്സിലാക്കുന്നു, എന്നാൽ ഇത് പറയുന്നതിൽ എനിക്ക് പൂർണ്ണമായ ആത്മവിശ്വാസം ഉള്ളത് എന്തുകൊണ്ടാണെന്ന് നിങ്ങൾക്ക് വൈകാതെ മനസ്സിലാവും.

എന്റെ ആത്മാവിന്റെ ആഴങ്ങളിൽ നിന്ന് എനിക്ക് അറിയാവുന്ന ഒരു യാഥാർത്ഥ്യം, ഈ പുസ്തകം വായിച്ചതിനുശേഷം നിങ്ങൾ ഇപ്പോൾ ഉള്ളതുപോലെയൊരു മനുഷ്യനായിരിക്കില്ല എന്നതാണ്. പരിവർത്തനം മാത്രമാണ് സ്ഥിരതയായിട്ടുള്ളത്. വളർച്ച എന്നത് ജീവിതത്തിന്റെ അനിവാര്യമായ ഒരു പ്രക്രിയയാണ്, അതിനാൽ ഈ പുസ്തകം വായിച്ചതിനുശേഷം നിങ്ങൾക്ക് മാറാതിരിക്കാൻ കഴിയില്ല.

"നാം ബോധവാനല്ലാത്ത ഒന്നിനെ മാറ്റാൻ കഴിയില്ല, ഒരിക്കൽ നിങ്ങൾക്ക് ബോധവാനാകാൻ കഴിയുമെങ്കിൽ, നിങ്ങൾക്ക് മാറാതിരിക്കാൻ കഴിയില്ല."

– ഷെറിൽ സാൻബെർഗ്

നിങ്ങൾ ആരായാലും, എവിടെ നിന്നുള്ളവരായാലും, നിങ്ങളുടെ പശ്ചാത്തലമെന്തായാലും, നിങ്ങൾ ചെയ്തതും ചെയ്യാത്തതും, എന്ത് പദവിയോ സമ്പത്തോ നിങ്ങൾക്കുണ്ടെങ്കിലും ഇല്ലെങ്കിലും, നിങ്ങൾ ചൊവ്വയിലായാലും ഇല്ലെങ്കിലും, നിങ്ങൾക്ക് പൂർണ്ണ സമാധാനവും, നിരുപാധികമായ സ്നേഹവും, പൂർണ്ണമായ സന്തുഷ്ടിയും ആഹ്ലാദവും കണ്ടെത്താനാകും. നിങ്ങളുടെ ജീവിതത്തിൽ സന്തോഷത്തിന്റെ സമൃദ്ധി കൊണ്ടുവരും. ആരംഭത്തിൽ ഒരു അപവാദമെന്ന് നിങ്ങൾക്ക് തോന്നിയാലും അത് അങ്ങനെ അല്ലെന്ന് ഞാൻ ഉറപ്പ് പറയുന്നു. പ്രണയത്തിന് ഒരതിരുകളുമില്ല. നിങ്ങൾ അന്വേഷിക്കുന്ന എല്ലാ ഉത്തരങ്ങളും ലഭിക്കാൻ തുറന്ന ഒരു മനസ്സും അത് അംഗീകരിക്കുന്ന ഒരു ഹൃദയവും ആവശ്യമാണ്.

അതുകൂടാതെ, ഈ പുസ്തകത്തിന്റെ ഉള്ളിൽ എന്താണെന്ന് മനസ്സിലാക്കുന്നതിലൂടെ വളരെ പ്രായോഗികമായ മാറ്റം ലഭിക്കുന്നു, എന്റെ കോച്ചിംഗ് ക്ലയന്റുകളിൽ പലരും ഇത് അനുഭവിച്ചറിഞ്ഞിട്ടുള്ളവരാണ്, അതായത്, അവരുടെ വരുമാനത്തിൽ 2-5 മടങ്ങ് വർദ്ധനവ്, അവരുടെ ബിസിനസ്സിലെ ക്രമാതീതമായുള്ള വളർച്ച, ആഴമേറിയതും കൂടുതൽ യോജിപ്പുള്ളതുമായ ബന്ധങ്ങൾ, ആജീവനാന്ത ആസക്തികളെ മറികടക്കൽ, വിനാശകരമായ ശീലങ്ങളുടെ സ്വമേധയാ അപ്രത്യക്ഷമാകൽ, ആരോഗ്യം, ഓജസ്സ്, മൊത്തത്തിലുള്ള ഊർജ്ജം എന്നിവയുടെ വർദ്ധനവ്, എന്നിവ യെല്ലാം. ഈ പുസ്തകത്തിനുള്ളിലെ തത്വങ്ങൾ മനസ്സിലാക്കുന്ന അനേകർക്ക് ഇതുപോലുള്ള അത്ഭുതങ്ങൾ എല്ലാ ദിവസവും സംഭവിക്കുന്നു. ഇത് മഞ്ഞുമലയുടെ അഗ്രം മാത്രമാണ്. ഈ ധാരണയിൽ നിന്ന് ആളുകൾക്ക് ലഭിച്ച ചില മെച്ചപ്പെടുത്തലുകളും ഫലങ്ങളും ഞാൻ പട്ടികപ്പെടുത്തുകയാണെങ്കിൽ, ഈ പുസ്തകത്തിന്റെ പകുതിയിലധികവും ദിവസവും സംഭവിക്കുന്ന അത്തരം അത്ഭുതങ്ങളുടെ കഥകൾ മാത്രമായിരിക്കും.

ഈ “ബാഹ്യ” ഫലങ്ങളെയെല്ലാം പരാമർശിക്കാൻ ഞാൻ ആഗ്രഹിക്കുന്നില്ല, കാരണം അത് ഈ പുസ്തകത്തിന്റെ ആശയമല്ല. നമ്മുടെ ജീവിതാനുഭവങ്ങൾ എങ്ങനെ പ്രവർത്തിക്കുന്നു എന്നതിനെക്കുറിച്ചുള്ള ആന്തരിക ധാരണയുടെ ഉപോൽപ്പന്നമാണ് ശാരീരിക പ്രകടനങ്ങൾ. യഥാർത്ഥത്തിൽ, പണവും പ്രാധാന്യവും പോലുള്ള ബാഹ്യ ഫലങ്ങൾ നാം ആഗ്രഹിക്കാൻ കാരണം, സ്നേഹം, സന്തോഷം, സമാധാനം, പൂർത്തീകരണം എന്നിങ്ങനെയുള്ള ചില വികാരങ്ങൾ ഉള്ളിൽ അനുഭവിക്കാൻ നമ്മൾ ആഗ്രഹിക്കുന്നതിനാലാണ്. നമ്മുടെ ജീവിതത്തിൽ

യഥാർത്ഥത്തിൽ നാം ആഗ്രഹിക്കുന്നത് വൈകാരികാനുഭവമാണ്, ഭൗതിക കാര്യങ്ങളല്ല, എന്നാൽ കെണി എന്തെന്നാൽ ഭൗതിക കാര്യങ്ങൾ നമുക്ക് ആ വൈകാരികാനുഭങ്ങൾ നൽകുമെന്ന് നാം വിശ്വസിക്കുന്നു എന്നതാണ്. വൈകാരികാനുഭവത്തിനുള്ളിലാണ് രഹസ്യം.

നിങ്ങളുടെ ഉള്ളിൽ ഇതിനകം നിങ്ങൾക്കറിയാവുന്ന സത്യം എങ്ങനെ അനാവരണം ചെയ്യാമെന്നും നിങ്ങളുടെ ജീവിതകാലം മുഴുവൻ നിങ്ങൾ തിരയുന്ന ഈ വൈകാരികാനുഭവങ്ങൾ എങ്ങനെ കണ്ടെത്താമെന്നും മനസ്സിലാക്കാൻ ഈ പുസ്തകം നിങ്ങളെ സഹായിക്കും.

ഇനി ഈ പുസ്തകത്തിലുടനീളം എങ്ങനെ നീങ്ങാം എന്നതിനെക്കുറിച്ച് കുറച്ച് മാർഗ്ഗദർശനം പറയാം.

വിവരങ്ങൾ ശേഖരിക്കാനായി മാത്രം ഈ പുസ്തകം വായിക്കരുത്. ഉൾക്കാഴ്ച ലഭിയ്ക്കാനായി ഇത് വായിക്കുക. ഉൾക്കാഴ്ച (അല്ലെങ്കിൽ ജ്ഞാനം) നമ്മുടെ ഉള്ളിൽ നിന്നും മാത്രമേ കണ്ടെത്താൻ കഴിയൂ. അതുകൊണ്ടാണ് ഇതിനെ ഉൾക്കാഴ്ച (അന്തർഭാഗം) എന്ന് വിളിക്കുന്നത്. ജീവിതത്തിൽ നിങ്ങൾ തിരയുന്നതെല്ലാം കണ്ടെത്താൻ, നിങ്ങൾ നിങ്ങളുടെ ഉള്ളിലേക്ക് നോക്കുകയും നിങ്ങളുടെ ഉള്ളിൽ ഇതിനകം നിലനിൽക്കുന്ന വിവേകം കണ്ടെത്തുകയും വേണം. എല്ലാ ഉത്തരങ്ങളും നിങ്ങളുടെ ആത്മാവിൽ ആഴത്തിൽ കിടക്കുന്നു. ഈ പുസ്തകം ശരിയായ സ്ഥലത്ത് നോക്കാൻ നിങ്ങളെ സഹായിക്കുന്ന ഒരു വഴികാട്ടി മാത്രമാണ്. നിങ്ങൾ അന്വേഷിക്കുന്നത് ഇപ്പോഴും നിങ്ങൾക്കുള്ളിൽ ഉണ്ടെന്ന് പ്രതീക്ഷിക്കുന്ന ആരെയും ഞാൻ അഭിനന്ദിക്കുന്നു. ഇതിനർത്ഥം നിങ്ങൾക്ക് പ്രതീക്ഷയുണ്ടെന്നാണ്. പ്രതീക്ഷയില്ലാതെ നമുക്ക് ഒന്നുംതന്നെയില്ല, അതിനാൽ നിങ്ങൾ ഇവിടെയുണ്ടെന്നതാണ് യാഥാർത്ഥ്യം, ഇപ്പോൾ ഇത് വായിക്കുന്നത് നിങ്ങളുടെ വിശ്വാസത്തിന്റെയും ധൈര്യത്തിന്റെയും ശക്തിയുടെയും തെളിവാണ്. നിങ്ങളുടെ ഇപ്പോഴുള്ള പാതയിലൂടെ മുന്നോട്ട് പോയാൽ നിങ്ങൾ തിരയുന്നത് നിങ്ങൾ കണ്ടെത്തുമെന്ന് നൂറ് ശതമാനം ഉറപ്പോടെ എനിക്കറിയാം, നിങ്ങളുടെ ഹൃദയത്തിലുള്ള പ്രതീക്ഷയിലാണ് നിങ്ങൾ.

ഈ പുസ്തകം സത്യം ഉൾക്കൊള്ളുന്ന ഒരേയൊരു പുസ്തകമല്ലെന്ന് വ്യക്തമാക്കാൻ ഞാൻ ആഗ്രഹിക്കുന്നു. സത്യം എല്ലാവരുടെയും ഉള്ളിലും എല്ലാത്തിലും ഉണ്ട്. സത്യത്തെ

(ആത്മീയതയെ) കാണാനും അനുഭവിക്കാനും നിങ്ങൾ രൂപത്തിന് (ഭൗതികം) അപ്പുറം നോക്കണം. ഈ പുസ്തകത്തിലെ വാക്കുകൾ സത്യമല്ല. അവ സത്യത്തിലേക്ക് വിരൽ ചൂണ്ടുന്നു. സത്യം സ്വയം കാണുന്നതിന് വാക്കുകൾക്കപ്പുറം നോക്കുക. സത്യത്തെ ഭൗതികമാക്കാനാവില്ല; അത് അനുഭവിച്ചേ പറ്റൂ. സത്യം ഒരു വികാരത്തിനുള്ളിൽ കിടക്കുന്നു, അതുകൊണ്ടാണ് അതിനെ ഒരു വാക്കായി രൂപപ്പെടുത്താൻ കഴിയാത്തത്.

നിങ്ങൾക്ക് സത്യം കണ്ടെത്തണമെങ്കിൽ, വാക്കുകൾക്കപ്പുറത്തേക്ക് പോകുക, ഒരു വൈകാരികാനുഭവത്തിനായി തിരയുക.

സത്യം കണ്ടെത്തുന്ന പലരും ഈ വികാരത്തെ സമ്പൂർണ്ണ സമാധാനത്തിന്റെയും നിരുപാധികമായ സ്നേഹത്തിന്റെയും അമിതമായ സന്തോഷത്തിന്റെയും ഒന്നായി വിവരിക്കും. ഇതിനെ ഏറ്റവും പരിചിതമായ അപരിചിതമായ വികാരം എന്നും ആളുകൾ വിശേഷിപ്പിക്കുന്നു. നിങ്ങൾ ഒടുവിൽ വീട്ടിലെത്തിയതുപോലെ തോന്നുന്നു. ആ വികാരത്തിനായി നോക്കുക, എല്ലാം നിങ്ങൾക്ക് വെളിപ്പെടും. ഈ പുസ്തകത്തിൽ, നിങ്ങളുടെ ആത്മാവിന്റെ ആഴത്തിൽ നിങ്ങൾക്ക് ഇതിനകം അറിയാത്ത ഒന്നും ഞാൻ പറയുന്നില്ല. അതുകൊണ്ട് നിങ്ങൾ സത്യം അനുഭവിക്കുമ്പോൾ, അത് പരിചിതമായ അപരിചിതമായ ഒരു വികാരമായിരിക്കും.

അത് മനസ്സിലാക്കാൻ നിങ്ങളുടെ ബുദ്ധി ഉപയോഗിക്കാൻ ശ്രമിക്കരുത് – നിങ്ങൾ അങ്ങനെ ചെയ്യാൻ കഴിയില്ല. നിങ്ങൾ അത് ബുദ്ധിവൽക്കരിച്ചുകഴിഞ്ഞാൽ, നിങ്ങൾക്ക് അത് നഷ്ടമായി. ഒന്നോ രണ്ടോ വാക്യങ്ങൾ മനഃപാഠമാക്കുന്നതിൽ നിന്ന് സത്യം ഉണ്ടാകില്ല. അത് ഒരു കുട്ടിക്ക് പോലും ചെയ്യാൻ കഴിയും, പക്ഷേ അവർക്ക് സത്യം മനസ്സിലാകില്ല. സത്യം ഒരു വികാരത്തിന്റെ രൂപത്തിലാണ് വരുന്നത്. ആ വികാരത്തിൽ നിന്നാണ് നിങ്ങൾ അന്വേഷിക്കുന്ന ജ്ഞാനവും സത്യവും വരുന്നത്, അത് നിങ്ങളെ സ്വതന്ത്രരാക്കും. നാമെല്ലാവരും ആത്യന്തികമായി അന്വേഷിക്കുന്നത് അതാണ്, അല്ലേ?

ഈ പുസ്തകത്തിൽ ഞാൻ നിങ്ങൾക്ക് അനാച്ഛാദനം ചെയ്യാൻ പോകുന്നത് ലളിതമായി തോന്നും. ഇത് വളരെ ലളിതമായി തോന്നും, നിങ്ങളുടെ മസ്തിഷ്കം (ഈഗോ) അതിനെ ചെറുക്കാൻ ശ്രമിക്കും അല്ലെങ്കിൽ അതിനെ കൂടുതൽ സങ്കീർണ്ണമാക്കാൻ ശ്രമിക്കും. ഇത് വളരെ ലളിതമായി ചെയ്യാൻ കഴിയില്ലെന്ന് അത് ചിന്തിക്കും. ആ സമയം വരുമ്പോൾ, സത്യം എല്ലായ്പ്പോഴും

ലളിതമാണെന്ന് നിങ്ങൾ ഓർക്കണമെന്ന് ഞാൻ ആഗ്രഹിക്കുന്നു. സങ്കീർണ്ണമായതിനെ പലപ്പോഴും അതിന്റെ ചെറിയ ഭാഗങ്ങളായി വിഭജിക്കാൻ സാധിക്കും. സത്യത്തെ ചെറിയ ഘടകങ്ങളായി വിഭജിക്കാനാവില്ല, അതാണ് അതിനെ സത്യമാക്കുന്നത്. അതുകൊണ്ടാണ് സത്യം എപ്പോഴും ലളിതമാകുന്നത്. നിങ്ങൾക്ക് സത്യം കണ്ടെത്തണമെങ്കിൽ, ലാളിത്യത്തിനായി നോക്കുക.

തുറന്ന മനസ്സോടെയും സത്യം അറിയാനുള്ള ശുദ്ധമായ മനസ്സോടെയും ഈ പുസ്തകത്തെ സമീപിക്കുക, നിങ്ങൾ തിരയുന്നതെല്ലാം നിങ്ങൾക്ക് ലഭിക്കും.

നിങ്ങൾ മുന്നോട്ട് പോകുന്നതിന് മുമ്പ്, നിങ്ങൾ ഇത് വായിക്കുന്നതിനാലും നിങ്ങളുടെ സമയവും ശ്രദ്ധയും എന്നോടൊപ്പം പങ്കിടുന്നതിനാലും, എന്റെ അഗാധമായ നന്ദി പ്രകടിപ്പിക്കാൻ ഒരു നിമിഷം ഞാൻ ആഗ്രഹിക്കുന്നു. നിങ്ങൾക്ക് മറ്റൊരാൾക്ക് നൽകാൻ കഴിയുന്ന ഏറ്റവും മൂല്യവത്തായ ചില ജീവശക്തികൾ ഇവയാണ്, അതിനാൽ നിങ്ങൾക്കും നിങ്ങൾ നൽകുന്ന ആ സമ്മാനത്തിനും നന്ദി. നിങ്ങളുടെ സ്വന്തം ദൈവത്വം ഒരിക്കലും മറക്കരുത്, കാരണം നമ്മുടെ ദൈവികതയിലൂടെ മാത്രമാണ് നമുക്ക് നമ്മുടെ മനുഷ്യത്വം ലഭിക്കുന്നത്.

സ്നേഹത്തോടെയും സന്തോഷത്തോടെയും

ജോസഫ്

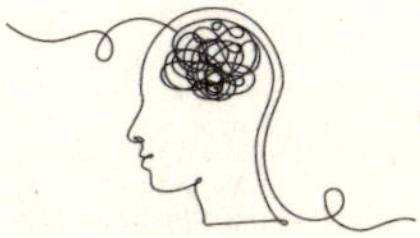

1

കഷ്ടതയുടെ മൂലകാരണം തേടിയുള്ള യാത്ര

“

ആളുകൾക്ക് അവരുടെ കഷ്ടതകൾ വിട്ടുകൊടുക്കാൻ പ്രയാസമാണ്. അജ്ഞാതമായ ഭയം നിമിത്തം, അവർ പരിചിതമായ കഷ്ടതകൾ ഇഷ്ടപ്പെടുന്നു.

”

തിച് നാറ്റ് ഹാൻ

കഷ്ടതകളെക്കുറിച്ച് പറയുമ്പോൾ ഒരു പ്രധാന വേർതിരിവിനെക്കുറിച്ച് മനസ്സിലാക്കേണ്ടതുണ്ട്. ഈ പുസ്തകത്തിൽ ഞാൻ കഷ്ടതകൾ പരാമർശിക്കുമ്പോൾ, മാനസികവും വൈകാരികവുമായ കഷ്ടപ്പാടുകളെയാണ് ഞാൻ പരാമർശിക്കുന്നത്. നിങ്ങളുടെ ജീവിതത്തിൽ എന്ത് സംഭവിച്ചാലും വൈകാരികമായും മാനസികമായും നിങ്ങൾ കഷ്ടപ്പെടേണ്ടതില്ല എന്ന ഒരു മാർഗ്ഗമുണ്ട്.

ഈ കഷ്ടതകൾ നമ്മുടെ മസ്തിഷ്കത്തിൽ ഉടലെടുക്കുന്നുവെന്നോ, നമ്മൾ ഇങ്ങനെ അഭിനയിക്കുകയാണെന്നോ ഞാൻ പറയുന്നില്ല. ഭയാനകവും നിർഭാഗ്യകരവുമായ സംഭവങ്ങൾ ഓരോ ദിവസവും ആളുകൾക്ക് സംഭവിച്ചുകൊണ്ടിരിക്കുന്നു. ഞാൻ പറയുന്നത് നമ്മുടെ ജീവിതത്തിൽ ഒരുപാട് വേദനകൾ അനുഭവിക്കുന്നുണ്ടെങ്കിലും, കഷ്ടപ്പാടുകൾ ഐച്ഛികമാണ്. മറ്റൊരു വിധത്തിൽ പറഞ്ഞാൽ, വേദന ഒഴിവാക്കാനാവാത്തതാണ്, എന്നാൽ കഷ്ടതകൾ ഒഴിവാക്കാൻ കഴിയും. നമ്മുടെ ജീവിതത്തിൽ നടക്കുന്ന സംഭവങ്ങളോടും സാഹചര്യങ്ങളോടും നാം എങ്ങനെ പ്രതികരിക്കുന്നു എന്നത് നമ്മളെ ആശ്രയിച്ചിരിക്കുന്നു, അത് നമ്മൾ കഷ്ടപ്പെടണോ വേണ്ടയോ എന്ന് നിർണ്ണയിക്കും.

ബുദ്ധമതക്കാർ പറയുന്നത്, നമ്മുടെ ജീവിതത്തിൽ എപ്പോഴെല്ലാം പ്രതികൂല സാഹചര്യങ്ങളെ അഭിമുഖീകരിക്കുന്നുവോ, രണ്ട് അമ്പുകൾ നമ്മുടെ വഴിയിൽ പറക്കുന്നു എന്നാണ്. ശാരീരികമായി അസ്ത്രം ഏൽക്കുന്നത് വേദനാജനകമാണ്. രണ്ടാമത്തെ വൈകാരിക അസ്ത്രം കൂടുതൽ വേദനാജനകമാണ് (കഷ്ടം).

ബുദ്ധൻ വിശദീകരിച്ചു, "ജീവിതത്തിൽ, നമുക്ക് എല്ലായ്പ്പോഴും ആദ്യത്തെ അസ്ത്രം നിയന്ത്രിക്കാൻ കഴിയില്ല. എന്നിരുന്നാലും, രണ്ടാമത്തെ അസ്ത്രം ആദ്യത്തേതിനോടുള്ള നമ്മുടെ പ്രതികരണമാണ്, അതായത് രണ്ടാമത്തെ അസ്ത്രം ഇച്ഛാനുസൃതമാണ്."

കുറച്ച് വർഷങ്ങൾക്ക് മുമ്പ് ബുദ്ധന്റെ ഈ ഉദ്ധരണിയെക്കുറിച്ച് ഞാൻ ആദ്യമായി കേട്ടപ്പോൾ, ഞാൻ ആശയക്കുഴപ്പത്തിലായി, കാരണം അദ്ദേഹം എന്താണ് ഉദ്ദേശിച്ചതെന്ന് എനിക്ക്

മനസ്സിലായെങ്കിലും, ഇത് എങ്ങനെ എന്റെ ജീവിതത്തിൽ പ്രയോഗിക്കാമെന്ന് എനിക്കറിയില്ലായിരുന്നു. ആർക്കെങ്കിലും കഷ്ടപ്പാടുകൾ സ്വീകരിക്കാനും സ്വീകരിക്കാതിരിക്കാനുമുള്ള ഒരു തിരഞ്ഞെടുപ്പ് നടത്തേണ്ടിവന്നാൽ, ശരിയായ മാനസികാവസ്ഥയിലുള്ള ആരും തന്നെ കഷ്ടപ്പാട് തിരഞ്ഞെടുക്കുമെന്ന് ഞാൻ കരുതുന്നില്ല.

കഷ്ടപ്പെടാതിരിക്കാനുള്ള തിരഞ്ഞെടുപ്പ് എനിക്കെങ്ങനെ എടുക്കാനാകും? അത് അത്ര എളുപ്പമായിരുന്നെങ്കിൽ ഇനി ആരും കഷ്ടപ്പെടേണ്ടിവരുമെന്ന് ഞാൻ കരുതുന്നില്ല. വർഷങ്ങൾക്ക് ശേഷമാണ് കഷ്ടതകൾ എവിടെ നിന്ന് വരുന്നു എന്നതിനെക്കുറിച്ചുള്ള ധാരണ ഞാൻ അറിഞ്ഞതും, അതിന്റെ ഉറവിടത്തിൽ തന്നെ അതിനെ നിർത്താൻ കഴിഞ്ഞതും.

ഞാൻ സ്വയം മെച്ചപ്പെടുത്താനുള്ള എന്റെ യാത്ര ആരംഭിച്ചപ്പോൾ, മറ്റുള്ളവരെ അവരുടെ പ്രശ്നങ്ങളെ മറികടക്കാൻ സഹായിക്കുന്ന നിരവധി വ്യത്യസ്ത പഠിപ്പിക്കലുകളും പഠനങ്ങളും രീതികളും ഞാൻ കണ്ടു. ഞാൻ ഡസൻ കണക്കിനോ നൂറു കണക്കിനോ ഉള്ള പുസ്തകങ്ങൾ വായിച്ചു, മനഃശാസ്ത്രം പഠിച്ചു, തെറാപ്പിസ്റ്റുകളുടെ അടുത്തേക്ക് പോയി, വ്യത്യസ്ത ചിന്താഗതിക്കാരെ ശ്രവിച്ചു, എന്റെ ശീലങ്ങൾ മാറ്റാൻ ശ്രമിച്ചു, പുലർച്ചെ 4 മണിക്ക് എഴുന്നേൽക്കാൻ ശ്രമിച്ചു, എന്റെ ഭക്ഷണക്രമം മാറ്റി, കൂടുതൽ ചിട്ടയും അച്ചടക്കവും ഉള്ളവനായി, നിഴൽ ജോലി, വ്യക്തിത്വ തരങ്ങൾ പഠിക്കൽ, ദിവസേനയുള്ള ധ്യാനം, ആത്മീയ യോഗങ്ങൾ സന്ദർശിക്കുന്നതുവഴി ആത്മീയ ഗുരുക്കന്മാരെ പിന്തുടർന്നു, വിവിധ പുരാതന മതങ്ങളെക്കുറിച്ച് ഗവേഷണം ചെയ്തു.

നിങ്ങൾ പേരെടുത്ത് എന്തെല്ലാം പറയാമോ, ഞാൻ ഒരുപക്ഷേ അതെല്ലാം പരീക്ഷിച്ചിട്ടുണ്ടാകാം. എന്റെ സ്വന്തം ജീവിതത്തിലെ കഷ്ടപ്പാടുകൾ എങ്ങനെ അവസാനിപ്പിക്കാമെന്നും അതുപോലെ മറ്റുള്ളവരെ അങ്ങനെ സഹായിക്കണമെന്നും അറിയാൻ ഞാൻ ആഗ്രഹിച്ചതിനാൽ ഉത്തരം കണ്ടെത്താൻ ഞാൻ ആഗ്രഹിച്ചു. ഇവയിൽ ചിലത് എന്നെ ക്രമാനുഗതമായി മെച്ചപ്പെടുത്താൻ സഹായിച്ചെങ്കിലും; അത് എന്റെ കഷ്ടപ്പാടുകൾ തടഞ്ഞില്ല. എനിക്ക് ഇപ്പോഴും എല്ലാ ദിവസവും അങ്ങേയറ്റം ഉത്കണ്ഠയും, ഭയവും, നിവൃത്തിയില്ലായ്മയും, പ്രകോപിതവും, ദേഷ്യവും, നിരാശയും, ഭാരവും അനുഭവപ്പെട്ടു. എന്തെല്ലാം ചെയ്തിട്ടും എനിക്ക് ഉത്തരം കണ്ടെത്താനായില്ല, ഈ അന്വേഷണം ആരംഭിക്കുന്നതിന് മുമ്പുള്ളതിനേക്കാൾ കൂടുതൽ നഷ്ടപ്പെട്ടു.

എനിക്ക് ലക്ഷ്യബോധമില്ലാത്തവനും നിരാശയുള്ളവനും ദിശാബോധമില്ലാത്തവനുമായി തോന്നി. ഇനി എന്ത് ചെയ്യണം, എവിടെ നോക്കണം, ആരോട് സംസാരിക്കണം എന്നൊന്നും എനിക്കറിയില്ലായിരുന്നു. ഞാൻ എന്റെ ഇരുണ്ട മണിക്കൂറിൽ എത്തിയപ്പോഴാണ് പ്രതീക്ഷയുടെ ഒരു തിളക്കം എന്നെ വെളിച്ചത്തിലേക്ക് നയിക്കാൻ തുടങ്ങിയത്.

വർഷങ്ങളുടെ നീണ്ട തിരച്ചിലിന് ശേഷം, ഒരു പരിശീലകനാകുന്നത് എങ്ങനെയെന്ന് എന്നെ പഠിപ്പിച്ച ആദ്യത്തെ ഉപദേശകരിൽ ഒരാളെ ഞാൻ പെട്ടെന്ന് കണ്ടു, എന്റെ സ്വന്തം കഷ്ടതകൾ എങ്ങനെ ലഘൂകരിക്കാം എന്നതിന്റെ ഉത്തരം അദ്ദേഹം എനിക്ക് വെളിപ്പെടുത്തി.

നമ്മുടെ മനസ്സ് എങ്ങനെ പ്രവർത്തിക്കുന്നുവെന്നും മാനുഷിക ഭാവങ്ങൾ എങ്ങനെ സൃഷ്ടിക്കപ്പെടുന്നുവെന്നും മനസ്സിലാക്കുന്നതിലാണ് ഞാൻ കണ്ടെത്തിയ ഉത്തരം.

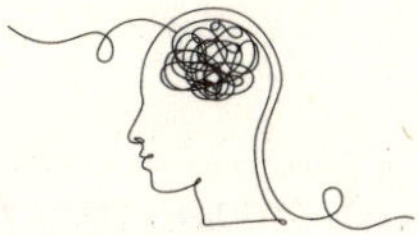

2

എല്ലാ കഷ്ടതകളുടെയും മൂലകാരണം

"

ചുറ്റും ഉള്ളതിലേക്ക് നോക്കുന്നവൻ ബുദ്ധിമാനാണ്,
സ്വയം ഉള്ളിലേക്ക് നോക്കുന്നവൻ ജ്ഞാനിയാണ്.

"

മത്ഷോന ധ്ലിവായോ

നമ്മൾ ജീവിക്കുന്നത് യാഥാർത്ഥ്യത്തിന്റെ ലോകത്തല്ല, മറിച്ച് ചിന്തയുടെ ലോകത്താണ്. സിഡ്നി ബാങ്ക്സ് ഒരിക്കൽ പറഞ്ഞു, "ചിന്ത യാഥാർത്ഥ്യമല്ല; എന്നിട്ടും നമ്മുടെ യാഥാർത്ഥ്യങ്ങൾ സൃഷ്ടിക്കപ്പെടുന്നത് ചിന്തയിലൂടെയാണ്. നമ്മൾ ഓരോരുത്തരും ലോകത്തെക്കുറിച്ചുള്ള നമ്മുടെ സ്വന്തം ധാരണകളിലൂടെയാണ് ജീവിക്കുന്നത്, അത് നമ്മുടെ അടുത്തുള്ള വ്യക്തിയിൽ നിന്ന് വളരെ വ്യത്യസ്തമാണ്. ഇതിന്റെ ഒരു ഉദാഹരണം, നിങ്ങൾ ഒരു ചായക്കടയിൽ ഇരിക്കുന്നത് ക്വാർട്ടർ-ലൈഫ് അസ്തിത്വ പ്രതിസന്ധിയിൽ ആയിരിക്കാം. മറ്റുള്ളവർ അവരുടെ ജീവിതത്തിൽ എന്താണ് ചെയ്യേണ്ടതെന്ന് അറിവുള്ളവരായിരിക്കുമ്പോൾ, നിങ്ങളുടെ ജീവിതത്തിൽ നിങ്ങൾ എന്താണ് ചെയ്യുന്നതെന്ന് നിങ്ങൾക്ക് എന്തുകൊണ്ട് അറിയില്ല എന്നതിനെക്കുറിച്ച് നിങ്ങളുടെ മനസ്സിൽ പൂർണ്ണമായും സമ്മർദ്ദം ചെലുത്തിയേക്കാം. ഒരുമിച്ച്, നിങ്ങളുടെ അടുത്തുള്ള വ്യക്തി സന്തോഷത്തോടെ പുതുതായി ഉണ്ടാക്കിയ പാനീയം ആസ്വദിക്കുമ്പോൾ, സമാധാനപരമായി ആളുകൾ നോക്കുന്നു. നിങ്ങൾ രണ്ടുപേരും ഒരേ ചായക്കടയിലാണ്, ഒരേ സൌരഭ്യവാസനയാണ്, ചുറ്റും ഒരേ അപരിചിതരാൽ ചുറ്റപ്പെട്ടി രിക്കുന്നു, എന്നാൽ ലോകം നിങ്ങൾ രണ്ടുപേരെയും എങ്ങനെ കാണുന്നു എന്നത് കൂടുതൽ വ്യത്യസ്തമായിരിക്കില്ല. നമ്മളിൽ പലരും കൃത്യമായ അതേ സംഭവങ്ങളിലൂടെ കടന്നുപോകുന്നു അല്ലെങ്കിൽ ഒരേ സമയം ഒരേ സ്ഥലത്താണെങ്കിലും ലോകത്തിന്റെ തികച്ചും വ്യത്യസ്തമായ അനുഭവങ്ങൾ അനുഭവിക്കുന്നവരാണ്.

യാഥാർത്ഥ്യമല്ല, ചിന്തയുടെ ലോകത്താണ് നാം ജീവിക്കുന്നതെന്നതിന്റെ മറ്റൊരു ഉദാഹരണം ഇതാ. നിങ്ങൾ 100 വ്യത്യസ്ത ആളുകളിലേക്ക് നടന്ന് അവരോട് ഓരോരുത്തരോടും പണം എന്താണ് അർത്ഥമാക്കുന്നതെന്ന് ചോദിച്ചാൽ, നിങ്ങൾക്ക് എത്ര വ്യത്യസ്ത ഉത്തരങ്ങൾ ലഭിക്കുമെന്ന് കരുതുന്നു? ഏകദേശം 100 വ്യത്യസ്ത ഉത്തരങ്ങൾ!

പണം സാങ്കേതികമായി ഒന്നുതന്നെയാണ്, എന്നാൽ അത് ഓരോ വ്യക്തിക്കും വ്യത്യസ്തമായ ഒന്നാണ്. പണം എന്നത് സമയം,

സ്വാതന്ത്ര്യം, അവസരം, സുരക്ഷിതത്വം, മനസ്സമാധാനം, അല്ലെങ്കിൽ തിന്മ, അത്യാഗ്രഹം, ആളുകൾ കുറ്റകൃത്യങ്ങൾ ചെയ്യുന്നതിന്റെ കാരണം എന്നിവ അർത്ഥമാക്കാം. ഇപ്പോൾ, ഏതാണ് ശരിയോ തെറ്റോ എന്നതിലേക്ക് ഞാൻ പ്രവേശിക്കാൻ പോകുന്നില്ല (സൂചന : ശരിയോ തെറ്റോ ഉത്തരം ഇല്ല, പക്ഷേ അതിനെക്കുറിച്ച് മറ്റൊരു അധ്യായത്തിൽ സംസാരിക്കാം).

ഈ ആശയത്തിന്റെ മറ്റൊരു ദൃഷ്ടാന്തം ഇപ്രകാരമാണ് : നിങ്ങൾ 100 വ്യത്യസ്ത ആളുകളെ സർവേ ചെയ്ത് അവരിൽ ഓരോരുത്തരും നമ്മുടെ നിലവിലെ രാഷ്ട്രപതിയെക്കുറിച്ച് എന്താണ് ചിന്തിക്കുന്നതെന്ന് ചോദിച്ചാൽ, എത്ര വ്യത്യസ്ത ഉത്തരങ്ങൾ ലഭിക്കുമെന്ന് നിങ്ങൾ കരുതുന്നു?

നമ്മൾ സംസാരിക്കുന്നത് ഒരേ വ്യക്തിയെ കുറിച്ചാണെങ്കിലും, നമുക്ക് 100 വ്യത്യസ്ത ഉത്തരങ്ങൾ ലഭിക്കും, കാരണം മിക്ക ആളുകളും അവരുടെ സ്വന്തം ചിന്തകളിലും ലോകത്തെക്കുറിച്ചുള്ള ധാരണകളിലും ജീവിക്കുന്നു. ഒരു സംഭവത്തിന് നാം നൽകുന്ന അർത്ഥം (അല്ലെങ്കിൽ ചിന്ത) ആണ് ആത്യന്തികമായി നമുക്ക് എങ്ങനെ തോന്നുന്നുവെന്ന് നിർണ്ണയിക്കുന്നത്. ആ അർത്ഥം അല്ലെങ്കിൽ ചിന്തയാണ് അന്നുമുതൽ നമ്മൾ ജീവിതത്തെ കാണുന്ന ഫിൽട്ടർ – ഇക്കാരണത്താൽ, നമ്മൾ ജീവിക്കുന്നത് യാഥാർത്ഥ്യത്തെക്കുറിച്ചുള്ള ഒരു ധാരണയിലൂടെയാണ്, യാഥാർത്ഥ്യത്തിലല്ല. **ഒരു സംഭവം നടന്നുവെന്നത് യാഥാർത്ഥ്യമാണ്, അതിന് അർത്ഥമോ ചിന്തയോ വ്യാഖ്യാനമോ ഇല്ല.**

സംഭവത്തിന് നാം നൽകുന്ന ഏതൊരു അർത്ഥവും ചിന്തയും നമ്മെ ആശ്രയിച്ചിരിക്കുന്നു, അങ്ങനെയാണ് യാഥാർത്ഥ്യത്തെക്കുറിച്ചുള്ള നമ്മുടെ ധാരണ സൃഷ്ടിക്കപ്പെടുന്നത്. അതേപോലെ നമ്മുടെ ജീവിതാനുഭവം ഉള്ളിൽ നിന്ന് സൃഷ്ടിക്കപ്പെടുന്നു.

നമ്മുടെ ജീവിതത്തിൽ സംഭവിക്കുന്ന സംഭവങ്ങളല്ല, മറിച്ച് അവയെക്കുറിച്ചുള്ള നമ്മുടെ വ്യാഖ്യാനമാണ്, നമുക്ക് എന്തെങ്കിലും നല്ലതോ ചീത്തയോ തോന്നാൻ കാരണമാകുന്നത്. മൂന്നാം ലോക രാജ്യങ്ങളിലെ ആളുകൾക്ക് ഒന്നാം ലോക രാജ്യങ്ങളിലെ ആളുകളേക്കാൾ സന്തോഷവും, ഒന്നാം ലോക രാജ്യങ്ങളിലെ ആളുകൾ മൂന്നാം ലോക രാജ്യങ്ങളിലെ ആളുകളേക്കാൾ ദുരിതമനുഭവിക്കുന്നതും ഇങ്ങനെയാണ്.

നമ്മുടെ വികാരങ്ങൾ ബാഹ്യ സംഭവങ്ങളിൽ നിന്നല്ല, മറിച്ച് **സംഭവങ്ങളെക്കുറിച്ചുള്ള നമ്മുടെ സ്വന്തം ചിന്തയിൽ നിന്നാണ്.**

അതിനാൽ, നമ്മൾ എന്താണ് ചിന്തിക്കുന്നത് അത് മാത്രമേ നമുക്ക് അനുഭവിക്കാൻ കഴിയൂ.

നിങ്ങളുടെ ജോലിയെ നിങ്ങൾ ശരിക്കും വെറുക്കുന്നുവെന്നും അത് നിങ്ങൾക്ക് വളരെയധികം സമ്മർദ്ദവും ഉത്കണ്ഠയും നിരാശയും ഉണ്ടാക്കുന്നുവെന്നും സങ്കൽപ്പിക്കുക. നിങ്ങൾ ജോലി ചെയ്യുന്ന കെട്ടിടത്തിൽ കാലുകുത്തുന്നത് പോലും നിങ്ങളെ അലട്ടുന്നു. നിങ്ങളുടെ ജോലിയെക്കുറിച്ച് ചിന്തിക്കുന്നത് നിങ്ങളെ രോഷാകുലരാക്കുന്നു. നിങ്ങൾ നിങ്ങളുടെ ജോലിയെക്കുറിച്ച് ചിന്തിക്കുമ്പോൾ, നിങ്ങളുടെ കുടുംബത്തോടൊപ്പം ഒരു സോഫയിൽ ഒരു ടിവി ഷോ കണ്ടുകൊണ്ട് നിങ്ങൾ അവിടെ ഇരിക്കുകയാണ്, എന്നാൽ നിങ്ങളുടെ ജോലിയെക്കുറിച്ചുള്ള ചിന്തയിൽ നിങ്ങൾ പുകയുകയാണ്. നിങ്ങളൊഴികെ മറ്റെല്ലാവരും ആ നല്ല നിമിഷം ആസ്വദിക്കുന്നു.

ഒരേ സംഭവമാണ് നടക്കുന്നതെങ്കിലും ഈ നിമിഷത്തിൽ, നിങ്ങളുടെ കുടുംബത്തിലെ മറ്റെല്ലാവർക്കും നിങ്ങളേക്കാൾ വ്യത്യസ്തമായ ജീവിതാനുഭവമാണ് ലഭിക്കുന്നത്. നിങ്ങൾ ശാരീരികമായി ജോലി ചെയ്യുന്നില്ലെങ്കിലും ജോലിയെക്കുറിച്ചുള്ള ചിന്ത യാഥാർത്ഥ്യത്തെക്കുറിച്ച് തികച്ചും വ്യത്യസ്തമായ ഒരു ധാരണ സൃഷ്ടിക്കുന്നു.

ബാഹ്യ സംഭവങ്ങൾ നിങ്ങൾക്ക് ഉള്ളിൽ തോന്നുന്നത് പോലെ തോന്നാൻ കാരണമാകുന്നു എന്നത് ശരിയാണെങ്കിൽ, നിങ്ങളുടെ സ്വീകരണമുറിയിൽ മറ്റുള്ളവരോടൊപ്പം സന്തോഷമുള്ള ഒരാളായിരിക്കണം നിങ്ങൾ, നിങ്ങളുടെ കുടുംബത്തോടൊപ്പം രസകരമായ ഒരു ടിവി ഷോ കാണണം – എന്നാൽ അങ്ങനെയല്ല.

ഇപ്പോൾ, ഒരു ബാഹ്യ സംഭവം, അതായത് നിങ്ങളുടെ ജോലി കാരണം നിങ്ങൾക്ക് സമ്മർദ്ദവും ഉത്കണ്ഠയും തോന്നുന്നു എന്ന് നിങ്ങൾ പറയുന്നുണ്ടാകാം. അതിനായി ഞാൻ ഒരു ചോദ്യം ചോദിക്കാം, അവിടെ ജോലി ചെയ്യുന്ന ഓരോ വ്യക്തിക്കും അവർ ചെയ്യുന്ന ജോലിയെക്കുറിച്ച് ഒരേ രീതിയിൽ തന്നെ തോന്നുന്നു എന്നത് തികച്ചും ശരിയാണോ?

രണ്ട് വ്യത്യസ്ത ആളുകൾക്ക് ഒരേ ജോലി ചെയ്യാൻ കഴിയും, എന്നാൽ ആ ജോലിയിൽ തികച്ചും വ്യത്യസ്തമായ അനുഭവങ്ങൾ ഉണ്ടായിരിക്കും. ഇത് ഒരു വ്യക്തിക്ക് ഏറ്റവും അത്ഭുതകരമായ അനുഭവമുള്ളതും ഇഷ്ടപ്പെട്ട ജോലിയുമാകാം, എന്നാൽ മറ്റൊരു വ്യക്തിക്ക് ഇത് ഏറ്റവും മോശവും പേടിസ്വപ്നവും ജീവിക്കുന്ന

നരകവുമാകാം. ഒരു വ്യക്തിയും മറ്റൊരാളും തമ്മിലുള്ള ഒരേയൊരു വ്യത്യാസം അവർ അവരുടെ ജോലിയെക്കുറിച്ച് എങ്ങനെ ചിന്തിക്കുന്നു എന്നതാണ്, അത് ആത്യന്തികമായി അവർക്ക് എങ്ങനെ തോന്നുന്നുവെന്ന് നിർണ്ണയിക്കുന്നു.

ഇപ്പോൾ നിങ്ങളുടെ ജോലിയെ നിങ്ങൾ സാങ്കൽപ്പികമായി വെറുക്കുന്ന യഥാർത്ഥ സാഹചര്യത്തിലേക്ക് മടങ്ങാം. നിങ്ങൾ അതിനെക്കുറിച്ച് ചിന്തിക്കുമ്പോൾ അത് നിങ്ങൾക്ക് എത്രത്തോളം സമ്മർദ്ദവും ഉത്കണ്ഠയും നിരാശയും ഉണ്ടാക്കുന്നുവെന്ന് ഓർക്കുന്നുണ്ടോ?

ചുവടെയുള്ള ചോദ്യത്തിന് ഉത്തരം നൽകിക്കൊണ്ട് നമുക്ക് അതിനെക്കുറിച്ച് ഒരു ദ്രുത ചിന്താ പരീക്ഷണം നടത്താം :

നിങ്ങളുടെ ജോലിയെ നിങ്ങൾ വെറുക്കുന്നു എന്ന ചിന്തയില്ലായിരുന്നുവെങ്കിൽ നിങ്ങൾ എങ്ങനെ ആയിരിക്കാം?

എന്ത് മറുപടിയാണ് വരുന്നതെന്ന് കാണാൻ ഒരു മിനിറ്റ് പ്രതീക്ഷിക്കുക, അത് വരുന്നത് വരെ മുന്നോട്ട് പോകരുത്.

നിങ്ങൾ അത് അമിതമായി ചിന്തിക്കുകയും നിങ്ങളുടെ ഉള്ളിൽ നിന്ന് ഉത്തരങ്ങൾ പുറത്തുവരാൻ അനുവദിക്കുകയും ചെയ്താൽ, ആ ചിന്തയില്ലാതെ തന്നെ, നിങ്ങൾക്ക് മിക്കവാറും സന്തോഷവും സമാധാനവും സ്വാതന്ത്ര്യവും പ്രകാശവും അനുഭവപ്പെടും.

ഒരു പ്രത്യേക സംഭവത്തെക്കുറിച്ചോ കാര്യത്തെക്കുറിച്ചോ നമ്മൾ സാധാരണ ചിന്തിക്കുന്നതുപോലെ, അതില്ലാതെതന്നെ നമ്മുടെ അനുഭവം പൂർണ്ണമായും മാറുന്നു. യാഥാർത്ഥ്യമല്ല, ചിന്തയുടെ ലോകത്താണ് നമ്മൾ ജീവിക്കുന്നത്, യാഥാർത്ഥ്യത്തെക്കുറിച്ചുള്ള നമ്മുടെ ധാരണ നമ്മുടെ സ്വന്തം ചിന്തയിലൂടെ ഉള്ളിൽ നിന്ന് സൃഷ്ടിക്കപ്പെടുന്നു. ഈ പുതിയ ധാരണയിലൂടെ, നിങ്ങളുടെ എല്ലാ മാനുഷിക മാനസിക ക്ലേശങ്ങളുടെയും കാരണം നിങ്ങൾ വെളിപ്പെടുത്തുന്നു...

നമ്മുടെ കഷ്ടതകളുടെ മൂലകാരണം നമ്മുടെ സ്വന്തം ചിന്തയാണ്.

ഇപ്പോൾ നിങ്ങൾ ഈ പുസ്തകം മുറിക്ക് ദൂരെ എറിഞ്ഞ് തീയിടുന്നതിന് മുമ്പ്, ഇതെല്ലാം നമ്മുടെ തലച്ചോറിലാണെന്നും ഇത് യഥാർത്ഥമല്ലെന്നും ഞാൻ പറയുന്നില്ല. *യാഥാർത്ഥ്യത്തെക്കുറിച്ചുള്ള നമ്മുടെ ധാരണ വളരെ പരമാർത്ഥമാണ്.* നമ്മൾ എന്ത് ചിന്തിക്കുന്നുവോ അത് നമുക്ക് അനുഭവപ്പെടും, നമ്മുടെ വികാരങ്ങൾ

യഥാർത്ഥമാണ്. അത് പൂർണ്ണമായും നിഷേധിക്കാനാവാത്തതാണ്. എന്നിരുന്നാലും, നമ്മുടെ യാഥാർത്ഥ്യം എങ്ങനെ സൃഷ്ടിക്കപ്പെടുന്നുവെന്ന് കാണാൻ തുടങ്ങുന്നതുവരെ നമ്മുടെ ചിന്ത നമുക്ക് അനിവാര്യവും മാറ്റാനാവാത്തതുമായ യാഥാർത്ഥ്യമായി കാണപ്പെടും. നമ്മൾ ചിന്തിക്കുന്നത് മാത്രമേ നമുക്ക് എപ്പോഴെങ്കിലും അനുഭവിക്കാൻ കഴിയൂ എന്ന് നമുക്കറിയാമെങ്കിൽ, നമ്മുടെ ചിന്താഗതി മാറ്റുന്നതിലൂടെ നമ്മുടെ വികാരങ്ങൾ മാറ്റാൻ കഴിയുമെന്ന് നമുക്കറിയാം. അങ്ങനെ, നമ്മുടെ ജീവിതാനുഭവം നമ്മുടെ സ്വന്തം ചിന്തയിൽ നിന്നാണ് വരുന്നതെന്ന് അറിയുന്നതിലൂടെ നമുക്ക് മാറ്റാനാകും. അത് ശരിയാണെങ്കിൽ, വ്യത്യസ്തമായ എന്തെങ്കിലും അനുഭവിക്കുന്നതിൽ നിന്നും ഏത് നിമിഷവും നമ്മുടെ മുഴുവൻ ജീവിതത്തെയും മാറ്റിമറിക്കുന്നതിൽനിന്ന് നാം എപ്പോഴെങ്കിലും ഒരു ചിന്ത മാത്രം അകലെയാണ് – ചിന്താശൂന്യമായ അവസ്ഥയിലൂടെ.

ചുരുക്കിപ്പറഞ്ഞാൽ, നമ്മൾ ചിന്തിക്കുന്നത് നിർത്തുന്ന നിമിഷമാണ് നമ്മുടെ സന്തോഷം ആരംഭിക്കുന്നത്.

ഒരു യുവ സന്യാസിയും ഒഴിഞ്ഞ ബോട്ടും

(ചിന്തിക്കുന്നതാണ് നമ്മുടെ സ്വന്തം കഷ്ടതകൾക്ക് കാരണം എന്നതിനെക്കുറിച്ചുള്ള ഒരു സെൻ കഥ)

വളരെക്കാലം മുമ്പ്, ഒരു യുവ സെൻ സന്യാസി ഒരു ചെറിയ തടാകത്തിനടുത്തുള്ള വനത്തിൽ സ്ഥിതി ചെയ്യുന്ന ഒരു ചെറിയ ആശ്രമത്തിൽ താമസിച്ചിരുന്നു. മഠം ഏതാനും മുതിർന്ന സന്യാസിമാർ കൈവശപ്പെടുത്തിയിരുന്നു, ബാക്കിയുള്ളവർ പുതുമുഖങ്ങളായിരുന്നു, ഇനിയും ധാരാളം കാര്യങ്ങൾ പഠിക്കാനുണ്ട്. സന്യാസിമാർക്ക് ആശ്രമത്തിൽ നിരവധി കടമകൾ ഉണ്ടായിരുന്നു, എന്നാൽ ഏറ്റവും പ്രധാനപ്പെട്ട ഒന്നായിരുന്നു അവരുടെ ദിനചര്യ, അവിടെ ഇരുന്ന് കണ്ണടച്ച് മണിക്കൂറുകളോളം നിശബ്ദതയിൽ ധ്യാനിക്കണം.

ഓരോ ധ്യാനത്തിനും ശേഷം, അവരുടെ പുരോഗതി അവരുടെ ഉപദേശകനെ അറിയിക്കണം. യുവ സന്യാസിക്ക് വിവിധ കാരണങ്ങളാൽ ധ്യാന പരിശീലന സമയത്ത് ശ്രദ്ധ കേന്ദ്രീകരിക്കാൻ ബുദ്ധിമുട്ടായിരുന്നു, ഇത് അദ്ദേഹത്തെ വളരെ ഭ്രാന്തനാക്കി.

യുവ സന്യാസി തന്റെ പുരോഗതിയെക്കുറിച്ച് അല്ലെങ്കിൽ അതിന്റെ അഭാവം തന്റെ ഉപദേഷ്ടാവിനോട് പറഞ്ഞതിന് ശേഷം, മുതിർന്ന സന്യാസി യുവ സന്യാസിയോട് ഒരു ലളിതമായ ചോദ്യം ചോദിച്ചു, അതിൽ ഒരു മറഞ്ഞിരിക്കുന്ന പാഠമുണ്ട്, "നിങ്ങളെ ശരിക്കും ദേഷ്യം പിടിപ്പിക്കുന്നത് എന്താണെന്ന് നിങ്ങൾക്കറിയാമോ?" യുവ സന്യാസി മറുപടി പറഞ്ഞു, "ശരി, സാധാരണയായി ഞാൻ കണ്ണുകൾ അടച്ച് ധ്യാനിക്കാൻ തുടങ്ങുമ്പോൾ, ഒരാൾ ചുറ്റും നടക്കുന്നു, എനിക്ക് ശ്രദ്ധ കേന്ദ്രീകരിക്കാൻ കഴിയുന്നില്ല. ഞാൻ ധ്യാനത്തിലാണെന്ന് അറിഞ്ഞിട്ടും ആരോ എന്നെ ശല്യപ്പെടുത്തുന്നത് എന്നെ അസ്വസ്ഥനാക്കുന്നു. എങ്ങനെ എനിക്കവരെ ശ്രദ്ധിക്കാതിരിക്കാനാകും? എന്നിട്ട് ഞാൻ വീണ്ടും കണ്ണുകൾ അടച്ച് ശ്രദ്ധ കേന്ദ്രീകരിക്കാൻ ശ്രമിക്കുമ്പോൾ, ഒരു പൂച്ചയോ ഒരു ചെറിയ മൃഗമോ കടന്നുപോകുകയും എന്നെ വീണ്ടും ശല്യപ്പെടുത്തുകയും ചെയ്തേക്കാം. ഈ സമയത്ത്, കാറ്റടിച്ചാലും മരക്കൊമ്പുകൾ ശബ്ദമുണ്ടാക്കുമ്പോഴും എനിക്ക് ദേഷ്യം വരും. അത് പോരെങ്കിൽ, പക്ഷികൾ ചിലച്ചുകൊണ്ടേയിരിക്കും, എനിക്ക് ഈ സ്ഥലത്ത് സമാധാനം കണ്ടെത്താൻ കഴിയുന്നില്ല."

മുതിർന്ന സന്യാസി തന്റെ ശിഷ്യനെ ചൂണ്ടിക്കാണിച്ചു, "നിങ്ങൾ നേരിടുന്ന ഓരോ തടസ്സങ്ങളിലും നിങ്ങൾ ദേഷ്യപ്പെടുന്നതായി ഞാൻ കാണുന്നു. ധ്യാനിക്കുമ്പോൾ നിങ്ങളുടെ കർത്തവ്യത്തിന് നേരെ വിപരീതമാണിത്. നിങ്ങളുടെ ചുമതലയ്ക്കിടയിൽ നിങ്ങളെ ശല്യപ്പെടുത്തുന്ന ആളുകളുടെയോ മൃഗങ്ങളുടെയോ നിങ്ങളുടെ ചുറ്റുമുള്ള മറ്റെന്തെങ്കിലും വസ്തുക്കളുടെയോ നേരെ ദേഷ്യപ്പെടാതിരിക്കാൻ നിങ്ങൾ ഒരു വഴി കണ്ടെത്തണം. അവരുടെ കൂടിയാലോചനകൾക്ക് ശേഷം, യുവ സന്യാസി ആശ്രമത്തിന് പുറത്ത് പോയി, ശാന്തമായി ധ്യാനിക്കാൻ കഴിയുന്ന ഒരു സ്ഥലം കണ്ടെത്താൻ ചുറ്റും നോക്കി. അടുത്തുള്ള തടാകത്തിന്റെ തീരത്ത് അദ്ദേഹം അത്തരമൊരു സ്ഥലം കണ്ടെത്തി. അവൻ തന്റെ പായ കൊണ്ടുവന്ന് ഇരുന്നു ധ്യാനിക്കാൻ തുടങ്ങി. എന്നാൽ താമസിയാതെ, സന്യാസി ധ്യാനിക്കുന്ന സ്ഥലത്തിനടുത്തുള്ള തടാകത്തിൽ ഒരു കൂട്ടം പക്ഷികൾ പറന്നുവീഴാൻ തുടങ്ങി. അവരുടെ ബഹളം കേട്ട്, എന്താണ് സംഭവിക്കുന്നതെന്ന് കാണാൻ സന്യാസി കണ്ണുതുറന്നു.

തടാകത്തിന്റെ തീരം ആശ്രമത്തേക്കാൾ ശാന്തമാണെങ്കിലും, അയാളുടെ സമാധാനം കെടുത്തുന്ന കാര്യങ്ങൾ അവിടെയുണ്ടായിരുന്നു, അയാൾ വീണ്ടും ദേഷ്യപ്പെട്ടു. അയാൾ അന്വേഷിച്ച

സമാധാനം കിട്ടിയില്ലെങ്കിലും അയാൾ വീണ്ടും വീണ്ടും തടാകത്തിലേക്ക് വന്നുകൊണ്ടിരുന്നു. അങ്ങനെയിരിക്കെ ഒരു ദിവസം, ഒരു ചെറിയ തുറമുഖത്തിന്റെ അറ്റത്ത് ഒരു ബോട്ട് കെട്ടിയിരിക്കുന്നത് സന്യാസി കണ്ടു. അപ്പോൾ തന്നെ ഒരു ആശയം അയാളിൽ ഉടലെടുത്തു : "എന്തുകൊണ്ട് ഞാൻ ബോട്ട് എടുത്ത് തടാകത്തിന്റെ നടുവിലേക്ക് തുഴഞ്ഞ് അവിടെ ധ്യാനിച്ചുകൂടാ? തടാകത്തിന്റെ നടുവിൽ എന്നെ ശല്യപ്പെടുത്താൻ ഒന്നുമില്ല!" കായലിന്റെ നടുവിലേക്ക് ബോട്ട് തുഴഞ്ഞ് ധ്യാനം തുടങ്ങി.

അയാൾ പ്രതീക്ഷിച്ചതുപോലെ, തടാകത്തിന്റെ നടുവിൽ അയാളെ ശല്യപ്പെടുത്താൻ ഒന്നുമില്ല, ദിവസം മുഴുവൻ അദ്ദേഹത്തിന് ധ്യാനിക്കാൻ കഴിഞ്ഞു. അവസാനം, അയാൾ ആശ്രമത്തിലേക്ക് മടങ്ങി. ഇത് കുറച്ച് ദിവസത്തേക്ക് തുടർന്നു, ഒടുവിൽ ശാന്തമായി ധ്യാനിക്കാൻ ഒരു സ്ഥലം കണ്ടെത്തിയതിൽ സന്യാസി ആവേശഭരിതനായി. അദ്ദേഹത്തിന് ദേഷ്യം തോന്നിയില്ല, ശാന്തമായ രീതിയിൽ ധ്യാനം തുടരാൻ അദ്ദേഹത്തിന് കഴിഞ്ഞു.

മൂന്നാം ദിവസം, സന്യാസി ബോട്ടിൽ ഇരുന്നു, തടാകത്തിന്റെ നടുവിലേക്ക് തുഴഞ്ഞു, വീണ്ടും ധ്യാനം തുടങ്ങി. കുറച്ച് മിനിറ്റുകൾക്ക് ശേഷം, വെള്ളം കുത്തിമറിഞ്ഞ് ബോട്ട് കുലുങ്ങുന്നത് പോലെ അയാൾക്ക് തോന്നി. കായലിന്റെ നടുവിൽ പോലും ആരോ മറ്റെന്തെങ്കിലുമോ ശല്യപ്പെടുത്തുന്നുണ്ടെന്ന് അയാൾ അസ്വസ്ഥനാകാൻ തുടങ്ങി.

കണ്ണുതുറന്നപ്പോൾ ഒരു ബോട്ട് നേരെ തന്റെ അടുത്തേക്ക് വരുന്നത് കണ്ടു. അയാൾ ആക്രോശിച്ചു : "നിന്റെ ബോട്ട് നീക്കുക, അല്ലെങ്കിൽ നിങ്ങൾ എന്റെ ബോട്ടിൽ ഇടിക്കും." പക്ഷേ, മറ്റേ ബോട്ട് അയാൾക്ക് നേരെ വന്നുകൊണ്ടിരുന്നു, ഏതാനും അടി അകലെയായിരുന്നു. അയാൾ വീണ്ടും നിലവിളിച്ചു, പക്ഷേ ഒന്നും മാറിയില്ല, അതിനാൽ വന്ന ബോട്ട് സന്യാസിയുടെ ബോട്ടിൽ ഇടിച്ചു. ഇപ്പോൾ അയാൾക്ക് ദേഷ്യം വന്നു. അയാൾ അലറി : "നീ ആരാണ്, എന്തിനാണ് ഈ വിശാലമായ തടാകത്തിന് നടുവിൽ എന്റെ ബോട്ടിൽ ഇടിച്ചത്?" ഉത്തരമില്ലായിരുന്നു. ഇത് യുവ സന്യാസിയെ കൂടുതൽ രോഷാകുലനാക്കി.

മറ്റേ ബോട്ടിൽ ആരാണെന്ന് നോക്കാൻ അയാൾ എഴുന്നേറ്റു, *ബോട്ടിൽ ആരും ഇല്ലെന്ന് അയാൾ കണ്ടു.*

ബോട്ട് കാറ്റിൽ ഒഴുകി സന്യാസിയുടെ ബോട്ടിൽ ഇടിച്ചിട്ടുണ്ടാകാം. സന്യാസി തന്റെ കോപം അസ്തമിക്കുന്നതായി

കണ്ടു. അതൊരു ഒഴിഞ്ഞ ബോട്ട് മാത്രമായിരുന്നു! ദേഷ്യപ്പെടാൻ ആരുമുണ്ടായിരുന്നില്ല!

ആ നിമിഷം അയാൾ തന്റെ ഉപദേശകരുടെ ചോദ്യം ഓർത്തു, “നിങ്ങളെ ശരിക്കും ദേഷ്യം പിടിപ്പിക്കുന്നത് എന്താണെന്ന് നിങ്ങൾക്കറിയാമോ?” സന്യാസി ആശ്ചര്യപ്പെട്ടു, “അത് മറ്റ് ആളുകളോ സാഹചര്യങ്ങളോ പരിസ്ഥിതികളോ അല്ല. ഒഴിഞ്ഞ ബോട്ടല്ല, അതിനോടുള്ള എന്റെ പ്രതികരണമാണ് എന്റെ ദേഷ്യത്തിന് കാരണം. എന്നെ അസ്വസ്ഥനാക്കുകയും ദേഷ്യപ്പെടുത്തുകയും ചെയ്യുന്ന എല്ലാ ആളുകളും സാഹചര്യങ്ങളും ഒഴിഞ്ഞ ബോട്ട് പോലെയാണ്. എന്റെ സ്വന്തം പ്രതികരണമില്ലാതെ എന്നെ ദേഷ്യം പിടിപ്പിക്കാൻ അവർക്ക് അധികാരമില്ല.

പിന്നീട് സന്യാസി തോണി തുഴഞ്ഞ് കരയിലേക്ക് തിരിച്ചു. അദ്ദേഹം ആശ്രമത്തിലേക്ക് മടങ്ങി, മറ്റ് സന്യാസിമാരോടൊപ്പം ധ്യാനം തുടങ്ങി. ചുറ്റും അപ്പോഴും ശബ്ദങ്ങളും അസ്വസ്ഥതകളും ഉണ്ടായിരുന്നു, എന്നാൽ സന്യാസി അവരെ “ശൂന്യമായ ബോട്ട്” ആയി കണക്കാക്കുകയും സമാധാനപരമായി ധ്യാനം തുടരുകയും ചെയ്തു. മുതിർന്ന സന്യാസി വ്യത്യാസം കണ്ടപ്പോൾ, അയാൾ യുവ സന്യാസിയോട് പറഞ്ഞു, “നിങ്ങളെ ശരിക്കും ദേഷ്യം പിടിപ്പിക്കുന്നത് നിങ്ങൾ കണ്ടെത്തി അതിനെ മറികടക്കുന്നതായി ഞാൻ കാണുന്നു.”

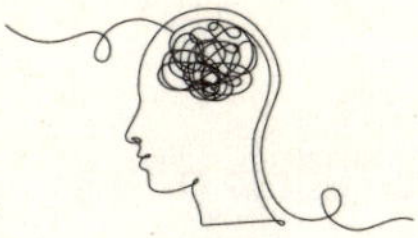

3

എന്തുകൊണ്ടാണ് നമ്മൾ ചിന്തിക്കുന്നത്?

"

ഞാൻ ചിന്തിക്കുന്നു വീണ്ടും ചിന്തിക്കുന്നു
വീണ്ടും ചിന്തിക്കുന്നു, ഞാൻ ഒരു ദശലക്ഷം തവണ
സന്തോഷത്തിൽ നിന്നകന്ന് ചിന്തിച്ചു, പക്ഷേ ഒരിക്കൽ
പോലും അതിൽ പ്രവേശിച്ചിട്ടില്ല.

"

ജോനാഥൻ സഫ്രാൻ ഫോയർ

യുക്തിസഹമാകാനും വിശകലനം ചെയ്യാനും ചിന്തിക്കാനുമുള്ള ഒരു സങ്കീർണ്ണമായ കഴിവ് വികസിപ്പിച്ചെടുക്കാൻ മനുഷ്യരായ നമ്മൾ പരിണമിച്ചു, കാരണം അത് നമ്മെ അതിജീവിക്കാൻ സഹായിച്ചു. നമ്മെ ജീവനോടെ നിലനിർത്താൻ നമ്മുടെ മനസ്സ് അവിശ്വസനീയമായ ഒരു ജോലി ചെയ്യുന്നു, പക്ഷേ അത് നമ്മെ അഭിവൃദ്ധിപ്പെടുത്താൻ സഹായിക്കുന്നില്ല. ഇത് നമ്മുടെ സുരക്ഷയെയും അതിജീവനത്തെയും മാത്രം ബാധിക്കുന്നതാണ്, പക്ഷേ നമ്മുടെ പൂർത്തീകരണമോ സന്തോഷമോ അല്ല.

നമ്മുടെ ജീവിതത്തിന് ഭീഷണിയായേക്കാവുന്ന നമ്മുടെ പരിസ്ഥിതിയിൽ സംഭവിക്കാവുന്ന അപകടങ്ങളെക്കുറിച്ച് മുന്നറിയിപ്പ് നൽകുക എന്നതാണ് മനസ്സിന്റെ ജോലി. അതിന്റെ ജോലി അത് വളരെ നന്നായി ചെയ്യുന്നു, ഭീഷണികൾക്കായി നമ്മുടെ സമീപമുള്ള ചുറ്റുപാടുകൾ സ്കാൻ ചെയ്യുക മാത്രമല്ല, സാങ്കൽപ്പിക സാഹചര്യങ്ങൾ സൃഷ്ടിക്കുന്നതിനും നമ്മുടെ ഓർമ്മകളെ അടിസ്ഥാനമാക്കി ഭാവിയിൽ സംഭവിക്കാവുന്ന അപകടങ്ങൾ എന്താണെന്ന് പ്രവചിക്കുന്നതിനും ഇത് നമ്മുടെ മുൻകാല അനുഭവങ്ങളുടെ ശേഷിപ്പിനെ പരാമർശിക്കുകയും ചെയ്യും.

ഇതൊന്നും ഒരു തരത്തിലും തെറ്റല്ല. മനസ്സ് അത് രൂപകൽപ്പന ചെയ്തിരിക്കുന്ന കാര്യങ്ങൾ ചെയ്യുന്നു. നമ്മെ അതിജീവിക്കാൻ സഹായിക്കുക എന്നത് മാത്രമാണ് അതിന്റെ കർത്തവ്യം എന്ന് മനസ്സിലാക്കാതെ വരുമ്പോൾ നമ്മൾ അതിൽ ദേഷ്യപ്പെടുകയും നിരാശപ്പെടുകയും ചെയ്യും. എല്ലാ സംഘർഷങ്ങളും നിഷ്കളങ്കമായ തെറ്റിദ്ധാരണയിൽ നിന്നാണ് ഉരുത്തിരിഞ്ഞത്. നമ്മെ ജീവിപ്പിക്കുക എന്നതാണ് നമ്മുടെ മനസ്സിന്റെ കടമ. നമ്മുടെ ബോധത്തിന്റെ കർത്തവ്യം നമ്മെ നിറവേറ്റാൻ സഹായിക്കുക എന്നതാണ്. സമാധാനവും സ്നേഹവും സന്തോഷവും കണ്ടെത്താൻ നിങ്ങൾ ആദ്യമായി ഈ യാത്രയിലായിരിക്കുന്നതിന്റെ കാരണം നിങ്ങളുടെ ആത്മാവാണ്.

നിങ്ങളുടെ മസ്തിഷ്കത്തെ ചെയ്യാൻ പ്രേരിപ്പിച്ച കാര്യങ്ങളെ അതിശയകരമായ രീതിയിൽ അത് ചെയ്തു, എന്നാൽ ഇപ്പോൾ

നിങ്ങൾ അതിനെ അതിന്റെ ജോലിയുടെ ഭാരം അല്പം കുറയ്ക്കാം, കാരണം നമ്മൾ മരണം പതിയിരിക്കാനിടയുള്ള ഒരു കാട്ടിലല്ല ജീവിക്കുന്നത്. നാം നമ്മുടെ മനസ്സ് ഉപയോഗിക്കുന്നത് തുടരുകയാണെങ്കിൽ, നമ്മൾ നിരന്തരം വഴക്കടിച്ചോ അല്ലെങ്കിൽ ഓടിക്കോ എന്ന അവസ്ഥയിലാകാം, ഉത്കണ്ഠ, ഭയം, നിരാശ, വിഷാദം, കോപം, നീരസം, കൂടാതെ എല്ലാ നിഷേധാത്മക വികാരങ്ങളിലും തുടരും, കാരണം എല്ലാം നമ്മുടെ നിലനിൽപ്പിന് തന്നെ ഭീഷണിയാണെന്ന് മനസ്സ് കരുതുന്നു. നിങ്ങൾക്ക് സ്വാതന്ത്ര്യവും സന്തോഷവും സമാധാനവും സ്നേഹവും നിറയാൻ ആഗ്രഹമുണ്ടെങ്കിൽ, നിങ്ങളുടെ മനസ്സ് പറയുന്നത് മാത്രം കേൾക്കുന്നത് ഉപേക്ഷിച്ച്, അതിനെ അതിജീവിക്കാൻ മാത്രമല്ല അഭിവൃദ്ധിപ്പെടുത്തുന്നതുമായ, നിങ്ങളെ സഹായിക്കുന്ന വളരെ മഹത്തായ ഒന്നിലേക്ക് ട്യൂൺ ചെയ്ത് അതിനപ്പുറം പോകേണ്ടതുണ്ട്.

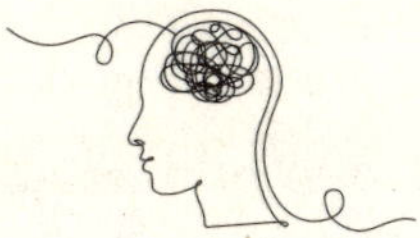

4

ചിന്തയും ചിന്തിക്കുന്നതും

“

ചിന്തകൾക്ക് വിരാമമിട്ടുകൊണ്ട്,
പ്രശ്നങ്ങളെ അവസാനിപ്പിക്കുക.

”

ലാവോ ത്സു

ലോകത്തിലുള്ളതെല്ലാം സൃഷ്ടിക്കാൻ നാം ഉപയോഗിക്കുന്ന ഊർജ്ജസ്വലമായ, മാനസിക അസംസ്കൃത വസ്തുക്കളാണ് ചിന്തകൾ. ചിന്തയില്ലാതെ നമുക്ക് ഒന്നും അനുഭവിക്കാൻ കഴിയില്ല. ചിന്തകൾ ഒരു നാമപദമാണെന്നും അത് നമ്മൾ ചെയ്യുന്ന ഒന്നല്ല, മറിച്ച് നമുക്കുള്ള ഒന്നാണെന്നും അറിയേണ്ടത് പ്രധാനമാണ്. ചിന്തയിൽ നമുക്ക് ഒരുവിധമായ ശ്രമമോ ശക്തിയോ എടുക്കേണ്ടതില്ല, അത് സംഭവിക്കുന്ന ഒന്നാണ്. നമ്മുടെ മനസ്സിൽ വരുന്ന ചിന്തകളെ നിയന്ത്രിക്കാനും നമുക്ക് കഴിയില്ല. ചിന്തകളുടെ ഉറവിടം നമ്മുടെ മനസ്സിന് അപ്പുറത്തുള്ള ഒന്നിൽ നിന്നാണ് വരുന്നത് – നിങ്ങൾക്ക് വേണമെങ്കിൽ പ്രപഞ്ചം എന്നു വിളിക്കാം.

മറുവശത്ത്, ചിന്തിക്കുകയെന്നത് നമ്മുടെ വിചാരങ്ങളെക്കുറിച്ച് ചിന്തിക്കുന്ന പ്രവർത്തനമാണ്. ഇതിന് ഗണ്യമായ അളവിൽ ഊർജ്ജം, പരിശ്രമം, ഇച്ഛാശക്തി എന്നിവ ആവശ്യമാണ് (ഇത് പരിമിതമായ വിഭവമാണ്). നിങ്ങളുടെ മനസ്സിലെ വിചാരങ്ങളുമായി സജീവമായി ഇടപഴകുന്നതാണ് ചിന്ത. നിങ്ങളുടെ മനസ്സിലെ ഓരോ ചിന്തയിലും നിങ്ങൾ ഇടപഴകേണ്ടതില്ല, എന്നാൽ നിങ്ങൾ ചെയ്യുമ്പോൾ, അത് ചിന്തയാണ്.

നമ്മുടെ എല്ലാ മാനസിക ക്ലേശങ്ങളുടെയും മൂലകാരണം ചിന്തയാണ്.

പോസിറ്റീവ് ചിന്തകൾ ചിത്രത്തിൽ എവിടെയാണ് യോജിക്കുന്നതെന്ന് ഇപ്പോൾ നിങ്ങൾ ചിന്തിച്ചേക്കാം. പോസിറ്റീവ് ചിന്തകൾ, അല്ലെങ്കിൽ നല്ലതായി തോന്നുന്ന ചിന്തകൾ, വിചാരങ്ങളുടെ ഫലമല്ല. പകരം, നമ്മുടെ സ്വാഭാവികമായ സമാധാനം, സ്നേഹം, സന്തോഷം എന്നിവയാൽ സൃഷ്ടിക്കപ്പെട്ടവയാണ്. അവ ഒരു അവസ്ഥയുടെ ഉപോൽപ്പന്നമാണ്, ചിന്തയുടെ അവസ്ഥയല്ല. അടുത്ത അധ്യായത്തിൽ നമ്മൾ ഇതിനെക്കുറിച്ച് ആഴമായി ചിന്തിക്കാം.

ഇപ്പോൾ, നമുക്ക് ഒരു ദ്രുത ചിന്താ പരീക്ഷണം നടത്താം. ഞാൻ നിങ്ങളോട് ഒരു ചോദ്യം ചോദിക്കും, നിങ്ങൾ ചെയ്യേണ്ടത് നിങ്ങൾ എന്താണ് അനുഭവിക്കുന്നതെന്ന് അറിഞ്ഞിരിക്കുക

എന്നതാണ്, അതിനുശേഷം എന്താണ് സംഭവിച്ചതെന്ന് ഞങ്ങൾ അവലോകനം ചെയ്യും.

നിങ്ങൾ ഒരു വർഷം സമ്പാദിക്കാൻ ആഗ്രഹിക്കുന്ന, സ്വപ്നത്തിലെ ആകെത്തുക എത്രയാണ്?

ഇവിടെ താൽക്കാലികമായി ഒന്നു നിന്നിട്ട്, ഉപരിതലത്തിലേക്കുള്ള ഉത്തരത്തിനായി കാത്തിരിക്കുക.

ഒരു വർഷത്തിൽ നിങ്ങൾ എത്ര പണം സമ്പാദിക്കാൻ ആഗ്രഹിക്കുന്നു എന്നതിനെക്കുറിച്ചുള്ള നിങ്ങളുടെ ഉത്തരത്തെക്കുറിച്ച് ചിന്തിക്കാൻ 30-60 സെക്കൻഡ് സമയം നൽകുക.

നിങ്ങൾക്ക് എത്രമാത്രം സമ്പാദിക്കണം എന്നതിനെക്കുറിച്ചുള്ള ഒരു മാന്യമായ ചിന്താഗതി ലഭിക്കുന്നതുവരെ അടുത്ത ഘട്ടത്തിലേക്ക് നീങ്ങരുത്.

ഇപ്പോൾ ആ തുകയെ 5 കൊണ്ട് ഗുണിക്കുക.

നിങ്ങളുടെ വരുമാനത്തിനായുള്ള ഈ പുതിയ സ്വപ്ന ലക്ഷ്യത്തെ നിങ്ങൾ 5 കൊണ്ട് ഗുണിച്ചതിനുശേഷം നിങ്ങൾ എന്താണ് ചിന്തിക്കുന്നത്?

അതിനെക്കുറിച്ച് ചിന്തിക്കുമ്പോൾ നിങ്ങൾക്ക് എങ്ങനെ തോന്നുന്നുവെന്ന് മനസ്സിലാക്കാൻ കുറഞ്ഞത് 30-60 സെക്കൻഡ് എടുക്കുക, കൂടാതെ ഈ വികാരങ്ങളിലൂടെ കടന്നുപോകുമ്പോൾ മറ്റെന്തൊക്കെയാണ് നിങ്ങളുടെ ചിന്തയിൽ വരുന്നത് എന്ന് നോക്കുക.

മുകളിൽ പറഞ്ഞ കാര്യങ്ങൾ ചെയ്യുന്നതുവരെ മുന്നോട്ട് പോകരുത്.

ശരി, നമുക്ക് അത് തിരികെ കൊണ്ടുവന്ന് എന്താണ് സംഭവിച്ചതെന്ന് അവലോകനം ചെയ്യാം.

നിങ്ങൾ ഒരു വർഷം സമ്പാദിക്കാൻ ആഗ്രഹിക്കുന്ന സ്വപ്നത്തിലെ ആകെത്തുക എത്രയാണ് എന്ന ആദ്യ ചോദ്യം ഞാൻ ചോദിച്ചതിന് ശേഷം, കുറച്ച് നിമിഷങ്ങൾക്കുള്ളിൽ നിങ്ങളുടെ മനസ്സിൽ ഒരു ഉത്തരം ഉയർന്നു. അതൊരു ചിന്തയാണ്. അത് എത്ര വേഗത്തിലും അനായാസമായും നിങ്ങൾക്ക് വന്നുവെന്ന് ശ്രദ്ധിക്കുക.

നിങ്ങളുടെ മനസ്സിൽ ഒരു ഉത്തരം വന്നതിന് ശേഷം, നിങ്ങളുടെ ഉത്തരത്തെക്കുറിച്ച് ചിന്തിക്കാൻ ഞാൻ നിങ്ങളോട് ആവശ്യപ്പെട്ടു. നിങ്ങളുടെ ഉത്തരത്തെക്കുറിച്ച് ചിന്തിക്കാൻ ഞാൻ നിങ്ങളോട് ആവശ്യപ്പെട്ടപ്പോൾ എന്താണ് സംഭവിച്ചത്?

നിങ്ങൾ മിക്ക ആളുകളെയും പോലെയാണെങ്കിൽ, നിങ്ങൾ ചിന്തയെക്കുറിച്ച് ചിന്തിച്ചുതുടങ്ങിയപ്പോൾ നിങ്ങൾ പരിഭ്രാന്തമായ ഒരു റോളർകോസ്റ്ററിൽ പോലെ ആയിരുന്നിരിക്കാം.

നിങ്ങൾക്ക് ഇത്രയധികം സമ്പാദിക്കാൻ ഒരു വിധത്തിലു വഴിയില്ല, നിങ്ങളുടെ കുടുംബത്തിൽ ആരും ഇത്രയധികം പണം സമ്പാദിക്കുന്നില്ല, ഇത്രയധികം സമ്പാദിക്കാൻ നിങ്ങൾക്കറിയില്ല, ഇത്രയും പണം ആഗ്രഹിക്കുന്നത് മണ്ടത്തരമാണ് അല്ലെങ്കിൽ അത് നിങ്ങളെ അത്യാഗ്രഹിയാക്കുന്നു എന്ന് നിങ്ങൾ ചിന്തിച്ചിരിക്കാം.

ആ ചിന്തകളെക്കുറിച്ച് ചിന്തിക്കുമ്പോൾ നിങ്ങൾക്ക് എങ്ങനെ തോന്നി എന്ന് ശ്രദ്ധിക്കുക.

മിക്കവാറും അത് അത്ര മികച്ചതായി തോന്നിയില്ല, പക്ഷേ അത് കുഴപ്പമില്ല, നിങ്ങൾക്ക് ഇതിനെക്കുറിച്ച് എന്തുചെയ്യാനാകുമെന്ന് ഞാൻ ഉടൻ കാണിച്ചുതരാം.

ചിന്തകളും ചിന്തിക്കുന്നതും തമ്മിലുള്ള പ്രധാന ഉദാഹരണമാണിത്.

ഞാൻ നിങ്ങളോട് ഒരു ചോദ്യം ചോദിച്ചാൽ, 100% നിങ്ങളുടെ മനസ്സിൽ ഒരു ചിന്ത ഉണ്ടാകും.

ചിന്തകൾ സ്വതവേ മോശമല്ല. നമ്മൾ ലോകത്ത് സൃഷ്ടിക്കുന്ന ഊർജ്ജസ്വലമായ മാനസിക അസംസ്കൃത വസ്തുക്കളാണ് അവയെന്ന് ഓർക്കുക.

നമ്മുടെ ചിന്തകളെ കുറിച്ച് ചിന്തിക്കുന്ന നിമിഷം നമ്മൾ ഒരു വൈകാരിക റോളർകോസ്റ്ററിൽ കയറി സഞ്ചരിക്കാൻ തുടങ്ങുകയാണ്. നമ്മുടെ ചിന്തകളെക്കുറിച്ച് ചിന്തിക്കുമ്പോൾ, നാം ചിന്തകളെ വിമർശിക്കാനും തീർപ്പാക്കലിലേക്ക് എത്തുകയും എല്ലാത്തരം ആന്തരിക വൈകാരിക അസ്വസ്ഥതകളും അനുഭവിക്കുകയും ചെയ്യുന്നു.

എത്ര രൂപ ഉണ്ടാക്കണം എന്ന് ചോദിച്ചപ്പോൾ തുകയെ കുറിച്ച് ആലോചിച്ചു. ആ ചിന്ത നിഷ്പക്ഷവും വൈകാരികമായ അദ്ധ്വാനവും ഉണ്ടാക്കിയില്ല. വാസ്തവത്തിൽ, നിങ്ങൾക്ക് വിശാലതയും ആവേശവും തോന്നിയിരിക്കാം. നിങ്ങൾ എത്രമാത്രം സമ്പാദിക്കണം എന്ന ചിന്തയെക്കുറിച്ച് ചിന്തിച്ചുതുടങ്ങിയപ്പോഴാണ് അത് സ്വയം സംശയം, അയോഗ്യത, ഉത്കണ്ഠ, കോപം, കുറ്റബോധം അല്ലെങ്കിൽ നിങ്ങൾ അനുഭവിച്ചിട്ടുള്ള മറ്റേതെങ്കിലും വികാരങ്ങൾക്ക് കാരണമായത്.

ഇതാണ് നമ്മുടെ എല്ലാ കഷ്ടപ്പാടുകളുടെയും മൂലകാരണം എന്ന് ചിന്തിക്കുന്നതിലൂടെ ഞാൻ ഉദ്ദേശിക്കുന്നത്. നിങ്ങൾ എത്രമാത്രം സമ്പാദിക്കണം എന്നതിനെക്കുറിച്ചുള്ള പ്രാഥമിക ചിന്ത, നിങ്ങൾ എത്രമാത്രം സമ്പാദിക്കണം എന്ന ചിന്തയെക്കുറിച്ച് ചിന്തിക്കാൻ തുടങ്ങുന്നതുവരെ ഒരു കഷ്ടപ്പാടും ഉണ്ടാക്കിയില്ല.

നമ്മുടെ ചിന്തകളെക്കുറിച്ച് ചിന്തിക്കുകയോ അവയെ വിലയിരുത്തുകയോ ചെയ്യേണ്ട ആവശ്യമില്ല. അങ്ങനെ ചെയ്യുന്നതു കൊണ്ട് നമുക്ക് യാതൊരു പ്രയോജനവുമില്ല. ചിന്ത നമ്മെ സഹായിക്കുന്നുവെന്ന് നമ്മൾ വിചാരിച്ചേക്കാം, എന്നാൽ അത് ശരിക്കും ചെയ്യുന്നത് ഈ നിഷേധാത്മകവും അനാവശ്യവുമായ എല്ലാ വികാരങ്ങളും അനുഭവിക്കാൻ ഇടയാക്കുകയും നമുക്ക് എന്തുകൊണ്ട് ഇത് ചെയ്യാൻ കഴിയില്ല അല്ലെങ്കിൽ എന്തുകൊണ്ട് അത് ആഗ്രഹിക്കരുത് എന്നതിന് കാരണങ്ങൾ സൃഷ്ടിക്കുകയും ചെയ്യുന്നു.

നിങ്ങൾക്ക് എത്രമാത്രം ഉണ്ടാക്കണം എന്ന് ഞാൻ ആദ്യം ചോദിച്ചപ്പോൾ നിങ്ങളുടെ മനസ്സിൽ ഉദിച്ച ആദ്യ ചിന്തയാണ് ഉപയോഗപ്രദവും സഹായകരവുമായ ഒരേയൊരു കാര്യം. പിന്നീട് സംഭവിച്ച എല്ലാ ചിന്തകളും വിനാശകരവും ഉപദ്രവകരവുമായിരുന്നു.

ചിന്തകൾ സൃഷ്ടിക്കുന്നു. ചിന്തിയ്ക്കുന്നത് നശിപ്പിക്കുന്നു.

ചിന്തിക്കുന്നത് നശിപ്പിക്കാനുള്ള കാരണം, ചിന്തകളെക്കുറിച്ച് ചിന്തിക്കാൻ തുടങ്ങുമ്പോൾ, നമ്മുടെ സ്വന്തം പരിമിതമായ വിശ്വാസങ്ങൾ, വിധികൾ, വിമർശനങ്ങൾ, പ്രോഗ്രാമിംഗ്, കണ്ടീഷനിംഗ് എന്നിവ ചിന്തയിലേക്ക് കൊണ്ടുവരുന്നു. എന്തുകൊണ്ട് നമുക്കത് ചെയ്യാൻ കഴിയില്ല, എന്തുകൊണ്ടാണ് നമുക്കത് ലഭിക്കാത്തത് എന്നതിലേക്ക് അനന്തമായ കാരണങ്ങൾ നമ്മൾ ചിന്തിക്കുന്നു.

നമ്മൾ ചിന്തിക്കാതിരുന്നാൽ, സൃഷ്ടിക്കാൻ ആഗ്രഹിക്കുന്നതിനെക്കുറിച്ചുള്ള പ്രാഥമിക ചിന്തയെ കളങ്കപ്പെടുത്തുന്നതിൽ നിന്ന് എല്ലാ നെഗറ്റീവ് പ്രോഗ്രാമിംഗും വിധിന്യായങ്ങളും തടയാൻ നമുക്ക് കഴിയുന്നു.

നിങ്ങൾക്ക് ആവശ്യമുള്ള തുക സമ്പാദിക്കാൻ കഴിയുന്ന ചില വഴികൾ ഏതാണെന്ന് ഞാൻ നിങ്ങളോട് ചോദിച്ചാൽ, നിങ്ങൾ അവിടെ കൂടുതൽ നേരം ഇരുന്നാൽ, നിങ്ങളുടെ തലയിൽ ക്രമരഹിതമായ ചിന്തകൾ പ്രത്യക്ഷപ്പെടുന്ന അതേ പ്രതിഭാസം നിങ്ങൾക്ക് അനുഭവപ്പെടും.

ഇവ സൃഷ്ടിയുടെ ചിന്തകളാണ്. ചിന്തകൾ അന്തർലീനമായി അനന്തവും വിശാലവും ഊർജ്ജസ്വലമായ പോസിറ്റീവുമാണ്. നിങ്ങൾക്ക് പോസിറ്റീവ് വികാരങ്ങൾ അനുഭവപ്പെടുമ്പോൾ, ഭാരം കുറഞ്ഞതായി, സജീവമായ ഒരു വികാരം തോന്നുന്നു, അപ്പോൾ നിങ്ങൾക്ക് ദൈവിക ചിന്തകളുണ്ടെന്ന് മനസ്സിലാക്കാൻ കഴിയും.

നിങ്ങൾക്ക് ആവശ്യമുള്ള പണം സമ്പാദിക്കാൻ കഴിയുന്ന വഴികളെക്കുറിച്ചുള്ള ആ ചിന്തകളെക്കുറിച്ച് ചിന്തിക്കാൻ തുടങ്ങുമ്പോൾ, നിങ്ങൾക്ക് പെട്ടെന്ന് തന്നെ ഭാരവും നിയന്ത്രണവും പരിമിതവും നിഷേധാത്മക വികാരങ്ങളുടെ മുഴുവൻ ആക്രമണവും അനുഭവപ്പെടും. ഈ അനുഭവങ്ങളിൽനിന്ന് നിങ്ങൾ ചിന്തിക്കുകയാണെന്ന് മനസ്സിലാക്കാൻ നിങ്ങൾക്ക് കഴിയും.

പ്രപഞ്ചത്തിൽ നിന്ന് എനിക്ക് ചിന്തകളുടെ നേരിട്ടുള്ള ഡൗൺലോഡുകൾ ലഭിക്കുന്നുണ്ടോ അതോ എന്റെ ചിന്തകളെക്കുറിച്ച് ചിന്തിക്കുകയാണോ എന്ന് എന്നോട് പറയുന്ന ഒരു ആന്തരിക റഡാറായി ഞാൻ എന്റെ വികാരങ്ങൾ ഉപയോഗിക്കുന്നു.

നിങ്ങൾ എന്ത് ചിന്തിക്കുന്നുവോ അതിനെ മാത്രമേ നിങ്ങൾക്ക് അനുഭവിക്കാനും കഴിയൂ, അതിനാൽ വിചാരങ്ങളും വികാരങ്ങളും ഒരു അവബോധജന്യമായ ആന്തരിക ഡാഷ്ബോർഡ് പോലെയാണ്, അത് നിങ്ങൾ വളരെയധികം ചിന്തിക്കുന്നുണ്ടോ ഇല്ലയോ എന്ന് നിങ്ങളോട് പറയുന്നു.

എനിക്ക് ധാരാളം നെഗറ്റീവ് വികാരങ്ങൾ ഉണ്ടെങ്കിൽ, ഞാൻ വളരെയധികം ചിന്തിക്കുകയാണെന്ന് എനിക്ക് മനസ്സിലാകും. നമ്മൾ സ്വാഭാവികമായി വിജയത്തിനുവേണ്ടി എങ്ങനെ നിർമ്മിക്കപ്പെട്ടിരിക്കുന്നു എന്നതിന്റെ മറ്റൊരു ഉദാഹരണമാണിത്.

ചിന്തകളെയും ചിന്തിക്കുന്നതിനെയും താരതമ്യം ചെയ്യുന്ന ഒരു ചാർട്ട് ചുവടെ കൊടുത്തിരിക്കുന്നു, നിങ്ങളുടെ മസ്തിഷ്കത്തിൽ ഇവയിൽ ഏതാണ് നടക്കുന്നതെന്ന് തിരിച്ചറിയാൻ ഇത് നിങ്ങളെ സഹായിക്കും :

ചിന്തകളുടെയും ചിന്തിക്കുന്നതിന്റെയും ചാർട്ട്

പ്രതീകം	ചിന്ത	ചിന്തിക്കുന്നത്
ഉറവിടം	സൃഷ്ടി	അഹംഭാവം
ഭാരം	കുറഞ്ഞത്	കൂടിയത്
ഊർജ്ജം	വ്യാപ്തിയുള്ളത്	നിയന്ത്രണമുള്ളത്
പ്രകൃതം	അനന്തം	പരിമിതം
ഗുണം	സൃഷ്ടിപരം	നശീകരണം
ചാർജ്ജ്	പോസിറ്റീവ്	നെഗറ്റീവ്
ഭാവം	ദൈവീകം	നശ്വരം
വികാരം	സജീവം	പിരിമുറുക്കം
മനോവികാരം	സ്നേഹം	ഭയം
വിശ്വാസം	അനന്ത സാദ്ധ്യതകൾ	പരിമിതം
ബോധം	പൂർണ്ണമായത്	ഒറ്റപ്പെട്ടത്
ഉദ്യമം	അനായാസം	കഠിനമായത്

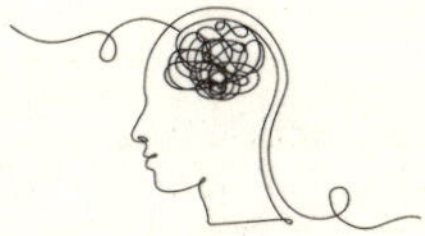

5

നമ്മൾ ചിന്തിക്കുന്നത് മാത്രമേ നമുക്ക് അനുഭവിക്കാൻ കഴിയൂ എങ്കിൽ, അങ്ങനെ തോന്നാൻ സകാരാത്മകമായി ചിന്തിക്കേണ്ട ആവശ്യമില്ലേ?

"

സമാധാനം, സ്നേഹം, സന്തോഷം എന്നിവയിൽ നിന്ന്
നാം ഒരു ചിന്ത മാത്രം ദൂരത്താണ് –
അത് ചിന്തയില്ലാത്ത അവസ്ഥയിൽ നിന്ന് വരുന്നു.

"

ഡിക്കൻ ബെറ്റിംഗർ

നമ്മൾ ചിന്തിക്കുന്നത് മാത്രമേ നമുക്ക് അനുഭവിക്കാൻ കഴിയൂ എന്ന തത്വത്തെക്കുറിച്ച് ഞാൻ ഇതുവരെ പരാമർശിക്കാത്ത ഒരു മുന്നറിയിപ്പ് ഉണ്ട്. അതിനെ വിവരിക്കുന്നതിനുള്ള കൂടുതൽ കൃത്യമായ മാർഗ്ഗം, നമ്മൾ ചിന്തിക്കുമ്പോൾ മാത്രമേ നിഷേധാത്മക വികാരങ്ങൾ അനുഭവിക്കാൻ കഴിയൂ എന്നതാണ്.

നിഷേധാത്മക വികാരങ്ങൾ പൂർണ്ണമായും നിർത്തുക എന്നതല്ല ലക്ഷ്യം. മറ്റാരും കാണാതെ ഒറ്റയ്ക്ക് ഇരുണ്ട ഇടവഴിയിലൂടെ നടക്കാൻ തീരുമാനിക്കുമ്പോൾ ഭയം തോന്നുന്നത് പോലെയുള്ള ചില നിഷേധാത്മക വികാരങ്ങൾ ചില സമയങ്ങളിൽ സഹായകമാകും.

ഈ നിഷേധാത്മക വികാരങ്ങൾ അതിജീവനത്തിന്റെ കാര്യത്തിൽ മാത്രമേ നമുക്ക് സഹായകമാകൂ, എന്നാൽ ജീവിതമോ മരണമോ നിരന്തരം നേരിടുന്നില്ലെങ്കിൽ, നിഷേധാത്മക വികാരങ്ങൾ നമ്മിൽ മിക്കവർക്കും ഗുണകരമാകുന്നതിനേക്കാൾ കൂടുതൽ ദോഷകരമാകും.

ശാരീരികമായ നിലനിൽപ്പിനായി നമ്മൾ പാടുപെടുന്നില്ല എന്ന സന്ദർഭത്തിലൂടെയാണ് നമ്മൾ മുന്നോട്ട് പോകുന്നത്, അതിനാൽ നെഗറ്റീവ് വികാരങ്ങൾ മിക്ക സമയത്തും ആവശ്യമില്ല എന്ന സന്ദർഭം നമ്മൾ ഉപയോഗിക്കും.

നമ്മൾ ചിന്തിക്കുന്നത് മാത്രമേ നമുക്ക് എപ്പോഴെങ്കിലും അനുഭവിക്കാൻ കഴിയൂ എന്ന് ഞാൻ പരാമർശിക്കുമ്പോൾ, പോസിറ്റീവ് വികാരങ്ങൾ അനുഭവിക്കാൻ പോസിറ്റീവ് ആയി ചിന്തിക്കണമെന്ന് മിക്ക ആളുകളും കരുതുന്നു.

ഇത് ശരിയാണോ അല്ലയോ എന്ന് നിങ്ങളെ ബോധ്യപ്പെടുത്തുന്നതിന് പകരം മറ്റൊരു ചിന്താ പരീക്ഷണം നടത്താം, അതിലൂടെ നിങ്ങൾക്ക് സത്യം സ്വയം അനുഭവിക്കാൻ കഴിയും.

നിങ്ങളുടെ ജീവിതത്തിൽ നിങ്ങൾ അനുഭവിച്ചതിൽ വച്ച് ഏറ്റവും സന്തോഷവും സ്നേഹവും അനുഭവിച്ച ഒരു സമയം ഓർക്കുക, ആ സമയത്ത് നിങ്ങൾ അനുഭവിച്ച വികാരങ്ങൾ കുറഞ്ഞത് 30 സെക്കൻഡെങ്കിലും അനുഭവിക്കുക.

നിങ്ങൾക്ക് ഏറ്റവും സന്തോഷവും സ്നേഹവും അനുഭവപ്പെട്ട ആ ഏറ്റവും ഉയർന്ന നിമിഷത്തിൽ നിങ്ങളുടെ മനസ്സിലൂടെ ഏതുതരം ചിന്തകളാണ് കടന്നുപോകുന്നത്? (ആ സമയത്ത് നിങ്ങൾ എന്താണ് ചെയ്യുന്നതെന്ന് ഞാൻ ചോദിക്കുന്നില്ല, എന്നാൽ ആ നിമിഷം നിങ്ങളുടെ തലയിൽ എന്ത് ചിന്തകളാണ് കടന്നുപോകുന്നത്.)

ഇതിന് ഉത്തരം നൽകുന്ന പലർക്കും, കൃത്യമായ ആ നിമിഷത്തിൽ തങ്ങൾക്ക് ചിന്തകളൊന്നും ഉണ്ടായിരുന്നില്ലെന്ന് അവർ മനസ്സിലാക്കുന്നു. മറ്റുള്ളവർക്ക്, അവർ വളരെ നന്ദിയുള്ളവരോ സന്തോഷമുള്ളവരോ ആയിരുന്നു എന്നായിരുന്നു ചിന്തയെന്ന് അവർ പറയുന്നു.

നന്ദിയുള്ളവരാണെന്ന ചിന്ത തങ്ങൾക്കുണ്ടെന്ന് ഉത്തരം പറഞ്ഞവർക്ക്, ആ ചിന്ത ഉണ്ടാകുന്നതിന് മുമ്പോ ശേഷമോ നിങ്ങൾക്ക് ആ സന്തോഷവും സ്നേഹവും അനുഭവപ്പെട്ടിട്ടുണ്ടോ?

മുന്നോട്ട് പോകുന്നതിന് മുമ്പ് ആ ചോദ്യത്തിന് ഉത്തരം നൽകാൻ 10-15 സെക്കൻഡ് എടുക്കുക.

നിങ്ങൾക്ക് എന്ത് ഉൾക്കാഴ്ചകളും ആത്മാനുഭൂതികളും ഉണ്ടായിരുന്നു?

ഭ്രാന്തമായ കാര്യം എന്തെന്നാൽ, തങ്ങളുടെ ജീവിതത്തിലെ ഏറ്റവും സന്തോഷകരവും ഏറ്റവും കൂടുതൽ സ്നേഹവും അനുഭവിക്കുമ്പോൾ മിക്ക ആളുകളും അവരുടെ മനസ്സിലൂടെ ഒരു ചിന്തയും കടന്നുപോകുന്നില്ല എന്നതാണ്. തങ്ങൾ നന്ദിയുള്ളവരാണെന്ന ചിന്ത ഉണ്ടായിരുന്നവർക്ക്, ആ ചിന്ത ഉണ്ടാകുന്നതിന് മുമ്പ് അവർക്ക് അങ്ങനെ തോന്നി.

അവർക്ക് ആ ചിന്തയുണ്ടെങ്കിൽ, അത് അവർക്ക് വികാരങ്ങൾ അനുഭവിച്ചതിന് ശേഷമാണ് സംഭവിച്ചത്, അതിനാൽ ചിന്തയ്ക്ക് വികാരം സൃഷ്ടിക്കാൻ കഴിയില്ല.

ഇത് മറ്റൊരു സത്യത്തിലേക്ക് നമ്മെ എത്തിക്കുന്നു : പോസിറ്റീവ് വികാരങ്ങൾ അനുഭവിക്കാൻ നിങ്ങൾക്ക് വികാരങ്ങളോ ചിന്തകളോ ഉണ്ടാകേണ്ടതില്ല.

സത്യത്തെക്കുറിച്ചുള്ള മനോഹരമായ ഭാഗം അതിന് ന്യായീകരണമൊന്നും ആവശ്യമില്ല എന്നതാണ്, കാരണം അത് ഇപ്പോൾ ഇവിടെ തന്നെ അനുഭവിക്കാൻ കഴിയും. ഇത് നിങ്ങൾ തെളിയിക്കുകയോ യുക്തിസഹമാക്കുകയോ ചെയ്യേണ്ട ആവശ്യമില്ല, ഞങ്ങൾ ഇപ്പോൾ നടത്തിയ പരീക്ഷണത്തിലൂടെ നിങ്ങൾ ഈ സത്യം നേരിട്ട് അനുഭവിച്ചു.

അതിനാൽ, സന്തോഷം, സ്നേഹം തുടങ്ങിയ പോസിറ്റീവ് വികാരങ്ങൾ അനുഭവിക്കാൻ നമുക്ക് ചിന്തകളുടേയോ വിചാരങ്ങളുടെയോ ആവശ്യമില്ല.

നമ്മുടെ സ്വാഭാവികമായ അവസ്ഥ സന്തോഷം, സ്നേഹം, ആനന്ദം, സ്വാതന്ത്ര്യം, നന്ദി എന്നിവയാണ്. ഇത് വിശ്വസിക്കാൻ പ്രയാസമായിരിക്കും, കാരണം ഇത് സ്വാഭാവികമാണെങ്കിൽ, എന്തുകൊണ്ടാണ് നമുക്ക് എല്ലായ്പ്പോഴും അങ്ങനെ തോന്നാത്തത്? ഞാൻ ഇതിന് അൽപ്പസമയത്തിനുള്ളിൽ ഉത്തരം നൽകും.

എന്തിന്റെയെങ്കിലും സ്വാഭാവിക അവസ്ഥ നമുക്ക് കാണണമെങ്കിൽ, പ്രകൃതിയെയും അതിന്റെ ശൈശവാവസ്ഥയെയും (അതിനെ അതിന്റെ പരിസ്ഥിതി ബാധിക്കുകയും വ്യവസ്ഥപ്പെടുത്തുകയും ചെയ്യുന്നതിനുമുമ്പ്) നോക്കുക എന്നതാണ് ഏറ്റവും നല്ല മാർഗ്ഗം.

ഉദാഹരണത്തിന്, ഒരു കുഞ്ഞിന്റെ സ്വാഭാവിക അവസ്ഥ നോക്കാം. ഒരു കുഞ്ഞിന്റെ സ്വാഭാവികവും സ്വതസിദ്ധവുമായ അവസ്ഥ എന്താണ്? (കുഞ്ഞിനെ ദുരുപയോഗം ചെയ്യുകയോ അവഗണിക്കുകയോ ശാരീരിക പ്രശ്നങ്ങൾ ഉണ്ടാവുകയോ ചെയ്തിട്ടില്ലെന്ന് കരുതുക) കുഞ്ഞുങ്ങൾ സ്വാഭാവികമായും പിരിമുറുക്കവും ഉത്കണ്ഠയും ഭയവും സ്വയം അവബോധവുമാണോ? അതോ അവർ സ്വാഭാവികമായും ആനന്ദത്തിന്റെയും സന്തോഷത്തിന്റെയും സ്നേഹത്തിന്റെയും അവസ്ഥയിലാണോ?

സന്തോഷം, സ്നേഹം, സമാധാനം എന്നിവയാണ് നമ്മുടെ സ്വാഭാവികമായ അവസ്ഥ. അതിനാൽ, നാം ചെയ്യുന്ന ഏതൊരു ചിന്തയും നമ്മെ ആ സ്വാഭാവിക അവസ്ഥകളിൽ നിന്ന് അകറ്റുകയേ ഉള്ളൂ, അതുകൊണ്ടാണ് നമുക്ക് വളരെയധികം സമ്മർദ്ദം അനുഭവപ്പെടുമ്പോഴെല്ലാം, നമ്മുടെ ഉള്ളിൽ ധാരാളം ചിന്തകൾ നടക്കുന്നു. നമ്മൾ അനുഭവിക്കുന്ന നിഷേധാത്മക വികാരത്തിന്റെ ശക്തി ഈ നിമിഷത്തിൽ നാം എത്രമാത്രം ചിന്തിക്കുന്നു എന്നതിന്റെ നേർ അനുപാതത്തിലാണ്.

മറുവശത്ത്, നമുക്ക് അനുഭവപ്പെടുന്ന പോസിറ്റീവ് വികാരങ്ങളുടെ തീവ്രത ഈ നിമിഷത്തിൽ നാം ചെയ്യുന്ന ചിന്തയുടെ അളവിന് വിപരീത അനുപാതത്തിലാണ്. മറ്റൊരു വിധത്തിൽ പറഞ്ഞാൽ, നമ്മുടെ ചിന്തകൾ കുറയുമ്പോൾ, വർത്തമാനകാലത്ത് നമുക്ക് അനുഭവപ്പെടുന്ന പോസിറ്റീവ് വികാരം ശക്തമാകും.

ഇതിലെ സത്യം സ്ഥിരീകരിക്കുന്നതിന്, നിങ്ങൾ വളരെ

സമ്മർദ്ദത്തിലും ഉത്കണ്ഠയിലും ആയിരുന്നപ്പോൾ നിങ്ങൾക്ക് ഉണ്ടായിരുന്ന മറ്റ് ചില ഓർമ്മകൾ ഓർക്കുക, ആ സമയത്ത് എത്രത്തോളം ചിന്തകൾ നടക്കുന്നുണ്ടായിരുന്നുവെന്ന് ഓർക്കുക.

ഇത് ചെയ്യുന്നതിന് ഏകദേശം 1-2 മിനിറ്റ് എടുക്കുക.

അപ്പോൾ നിങ്ങൾ ഏറ്റവും സന്തോഷവതിയായിരുന്ന അല്ലെങ്കിൽ ഏറ്റവും സന്തോഷവും സ്നേഹവും അനുഭവിച്ച ചില നിമിഷങ്ങൾ ഓർക്കുക, ആ സമയത്ത് നിങ്ങൾ എത്രമാത്രം ചിന്തിച്ചിരുന്നുവെന്ന് കാണുക.

നിങ്ങൾ കാണുന്നതിന്റെ സത്യം ശരിക്കും അനുഭവിക്കാനും ആന്തരികമാക്കാനും പോകുന്നതിന് മുമ്പ് ഇത് ചെയ്യുന്നതിന് മറ്റൊരു 1-2 മിനിറ്റ് എടുക്കുക.

ഈ ആശയം ക്രിസ്റ്റലൈസ് ചെയ്യാൻ സഹായിച്ച എന്റെ കോച്ച് എന്നെ പഠിപ്പിച്ച ഒരു സാമ്യം, നമ്മുടെ മനസ്സിന് ഒരു സ്പീഡോമീറ്റർ ഉണ്ടെന്ന് സങ്കൽപ്പിക്കുക എന്നതാണ് (ഒരു കാറിലേത് പോലെ), എന്നാൽ മൈലുകൾക്ക് പകരം അത് മിനിറ്റിലെ ചിന്തകളാണ് കാണിക്കുന്നത്. നമ്മൾ കൂടുതൽ ചിന്തിക്കുന്നതിനനുസരിച്ച്, "ചിന്ത-ഓ-മീറ്റർ" ഉയരും, വേണ്ടത്ര ചിന്തകൾ നടക്കുന്നുണ്ടെങ്കിൽ, അത് റെഡ് സോണിലേക്ക് പോകും. നമുക്ക് കടുത്ത സമ്മർദ്ദവും, ക്ഷീണവും, നിരാശയും, ദേഷ്യവും അനുഭവപ്പെടുമ്പോഴാണ് ഇത്.

നമ്മുടെ ചിന്തയുടെ ഉള്ളടക്കമല്ല സമ്മർദ്ദത്തിന് കാരണമാകുന്നത്, മറിച്ച് നമ്മൾ ചിന്തിക്കുന്ന കാലഘട്ടമാണ്. നാം നടക്കുന്ന ചിന്തയുടെ അളവ് ഏത് നിമിഷവും നാം അനുഭവിക്കുന്ന സമ്മർദ്ദത്തിന്റെയും നിഷേധാത്മക വികാരങ്ങളുടെയും വ്യാപ്തിയുമായി നേരിട്ട് ബന്ധപ്പെട്ടിരിക്കുന്നു. നിങ്ങൾ വളരെയധികം നിരാശ, സമ്മർദ്ദം, ഉത്കണ്ഠ, അല്ലെങ്കിൽ ഏതെങ്കിലും നെഗറ്റീവ് വികാരങ്ങൾ എന്നിവ അനുഭവിക്കുമ്പോൾ, അത് നിങ്ങൾ ചിന്തിക്കുന്നത് കൊണ്ടാണെന്ന് അറിയുക, ആ വികാരങ്ങളുടെ തീവ്രത എത്രത്തോളം ചിന്തിക്കുന്നു എന്നതുമായി നേരിട്ട് ബന്ധപ്പെട്ടിരിക്കുന്നു.

അതിനാൽ, നമ്മൾ എന്തിനെക്കുറിച്ചാണ് ചിന്തിക്കുന്നുവോ അതല്ല, മറിച്ച് നമ്മൾ ചിന്തിക്കുന്നു എന്നതാണ് നമ്മെ കഷ്ടപ്പെടുത്തുന്നത്.

ചുരുക്കത്തിൽ, സ്നേഹം, സന്തോഷം, ആനന്ദം, കൂടാതെ നാം ആഗ്രഹിക്കുന്ന ഏതെങ്കിലും പോസിറ്റീവ് വികാരങ്ങൾ എന്നിവ അനുഭവിക്കാൻ "പോസിറ്റീവ് ആയി ചിന്തിക്കാൻ"

ശ്രമിക്കേണ്ടതില്ല, കാരണം ആ വികാരങ്ങൾ അനുഭവിക്കുന്നത് നമ്മുടെ സ്വാഭാവിക അവസ്ഥയാണ്. ഈ വികാരങ്ങൾ നമുക്ക് സ്വാഭാവികമായി അനുഭവപ്പെടാത്ത ഒരേയൊരു സമയം, നമ്മൾ അനുഭവിക്കുന്ന ചിന്തകളെക്കുറിച്ച് ചിന്തിക്കാൻ തുടങ്ങുമ്പോൾ മാത്രമാണ്, അങ്ങനെ അനന്തമായ ബുദ്ധിയുമായുള്ള നേരിട്ടുള്ള ബന്ധം തടയുകയും സമ്മർദ്ദവും ഉത്കണ്ഠയും വിഷാദവും ഭയവും അനുഭവപ്പെടുകയും ചെയ്യുന്നു. ഇത് നമ്മുടെ ചിന്തയുടെ ഉള്ളടക്കത്തെക്കുറിച്ചല്ല, മറിച്ച് നാം ചിന്തിക്കുകയാണ്, അതാണ് നമ്മുടെ കഷ്ടപ്പാടുകളുടെ മൂലകാരണം. നിഷേധാത്മക വികാരങ്ങളുടെ തീവ്രത നാം വർത്തമാനകാലത്ത് നടക്കുന്ന ചിന്തയുടെ അളവുമായി നേരിട്ട് ബന്ധപ്പെട്ടിരിക്കുന്നു. നമ്മുടെ ചിന്തകൾ കുറയുംതോറും പോസിറ്റീവ് വികാരങ്ങൾ സ്വാഭാവികമായി പ്രത്യക്ഷപ്പെടുന്നതിന് കൂടുതൽ ഇടം സൃഷ്ടിക്കുന്നു.

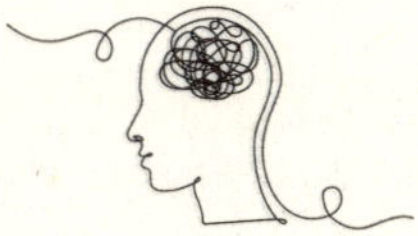

6

മാനുഷിക അനുഭവങ്ങൾ എങ്ങനെ സൃഷ്ടിക്കപ്പെടുന്നു – മൂന്ന് തത്വങ്ങൾ

“

ആളുകൾ പഠിച്ച ഒരേയൊരു കാര്യം അവരുടെ അനുഭവത്തെ ഭയപ്പെടരുത് എന്നതുമാത്രമായിരുന്നെങ്കിൽ, അത് മാത്രം മതി ലോകത്തെ മാറ്റാൻ.

”

സിഡ്നി ബാങ്ക്സ്

മനുഷ്യന്റെ അനുഭവം അതിന്റെ അടിസ്ഥാന തലത്തിൽ, മൂന്ന് തത്വങ്ങളാൽ സൃഷ്ടിക്കപ്പെട്ടിരിക്കുന്നു : സാർവ്വത്രികമായ മനസ്സ്, ബോധം, ചിന്ത. ഈ മൂന്ന് തത്വങ്ങളും ഒരുമിച്ച് പ്രവർത്തിക്കുന്നു, ജീവിതത്തിൽ നമ്മൾ ചെയ്യുന്നതെല്ലാം അനുഭവിക്കാൻ നമ്മളെ അനുവദിക്കുന്നു, മൂന്നിൽ ഏതെങ്കിലുമൊന്ന് നഷ്ടപ്പെട്ടാൽ നമുക്ക് ഒന്നും അനുഭവിക്കാൻ കഴിയില്ല. ഈ തത്വങ്ങൾ ആദ്യം കണ്ടെത്തിയത് സിഡ്നി ബാങ്കാണ്, ഇപ്പോൾ അവ നിങ്ങളുമായി പങ്കിടാനുള്ള വിനീതമായ പദവി എനിക്കുണ്ട്.

ഈ മൂന്ന് തത്വങ്ങൾ മനസ്സിലാക്കുന്നതുമൂലം, നമ്മുടെ കഷ്ടപ്പാടുകളിൽ നിന്ന് എങ്ങനെ നമ്മെത്തന്നെ ലഘൂകരിക്കാമെന്ന് അറിയാൻ നമ്മെ പ്രാപ്തരാക്കുന്നു, മാത്രമല്ല ഉറവിടത്തിൽ നിന്ന് സൃഷ്ടിക്കാൻ നമ്മെ അനുവദിക്കുന്നു.

സാർവ്വത്രികമായ മനസ്സ്

എല്ലാ ജീവജാലങ്ങളുടെയും പിന്നിലെ ബുദ്ധിയാണ് സാർവ്വത്രികമായ മനസ്സ്. ഇത് എല്ലാ വസ്തുക്കളിലും ഉള്ള ജീവശക്തിയും ഊർജ്ജവുമാണ്. ഇക്കാരണത്താൽ ഒരു വിത്തിന് എങ്ങനെ ഒരു മരമായി വളരാമെന്ന് അറിയാം, ഗ്രഹങ്ങൾക്ക് എങ്ങനെ ഭ്രമണപഥത്തിൽ തുടരാമെന്ന് അറിയാം, മുറിവേറ്റാൽ നമ്മുടെ ശരീരത്തിന് എങ്ങനെ സ്വയം സുഖപ്പെടാമെന്ന് അറിയാം. ശ്വാസോച്ഛ്വാസം, ഹൃദയമിടിപ്പ് തുടങ്ങിയ എല്ലാ കാര്യങ്ങളും സ്വമേധയാ ചെയ്യാതെ തന്നെ നമ്മെ സ്വയം നിയന്ത്രിക്കാനും ജീവനോടെ നിലനിർത്താനും നമ്മുടെ ശരീരത്തിന് അറിയാവുന്നത് ഇങ്ങനെയാണ്. ഇതെല്ലാം എങ്ങനെ ചെയ്യണമെന്ന് അറിയാവുന്നതും എല്ലാ കാര്യങ്ങളിലും ഉള്ളതുമായ ബുദ്ധിയെ സാർവ്വത്രികമായ മനസ്സ് എന്ന് വിളിക്കുന്നു. പലരും ഇതിനെ ദൈവം, അനന്തമായ ബുദ്ധി, ക്വാണ്ടം ഫീൽഡ്, ഉറവിടം, തുടങ്ങിയ പേരുകൾ വിളിക്കുന്നു. പ്രപഞ്ചത്തിലെ മറ്റെല്ലാ കാര്യങ്ങളിൽ നിന്നും ചിന്തകൾ വരുന്നത് ഇവിടെയാണ്. എല്ലാ കാര്യങ്ങളും ലോകവ്യാപകമായ മനസ്സ് വഴി ബന്ധിപ്പിച്ചിരിക്കുന്നു. ഒന്നും തമ്മിൽ വേർതിരിവില്ല, ഏത് സമയത്തും കാര്യങ്ങൾ തമ്മിൽ വേർപിരിയുന്ന

തായി തോന്നിയാൽ അത് നമ്മുടെ ചിന്തയുടെ വെറും മിഥ്യയാണ്. സാർവ്വത്രികമായ മനസ്സുമായി ബന്ധപ്പെടുമ്പോൾ, നമുക്ക് പൂർണ്ണത, സംതൃപ്തി, സ്നേഹം, സന്തോഷം, സമാധാനം, പ്രചോദനം എന്നിവയാൽ നിറഞ്ഞതായി തോന്നുന്നു. നാം ചിന്തിക്കാൻ തുടങ്ങുമ്പോൾ (മിഥ്യാധാരണയോ അഹങ്കാരമോ വിശ്വസിക്കുന്നു) സാർവ്വത്രിക മനസ്സിന്റെ ഈ പ്രവാഹത്തെ തടയുകയും വേർപിരിയൽ, നിരാശ, ഏകാന്തത, ദേഷ്യം, നീരസം, സങ്കടം, വിഷാദം, ഭയം എന്നിവ അനുഭവപ്പെടാൻ തുടങ്ങുകയും ചെയ്യുന്നു.

സാർവ്വത്രിക ബോധം

എല്ലാറ്റിന്റെയും കൂട്ടായ ബോധമാണ് സാർവ്വത്രിക ബോധം. നമ്മൾ ഉണ്ടെന്നും നമ്മുടെ ചിന്തകളെക്കുറിച്ച് ബോധവാന്മാരാകാനും ഇത് നമ്മെ അനുവദിക്കുന്നു. സാർവ്വത്രിക ബോധം ഇല്ലെങ്കിൽ, നമുക്ക് ഒന്നും അനുഭവിക്കാൻ കഴിയില്ല. നമ്മുടെ പഞ്ചേന്ദ്രിയങ്ങൾക്ക് യാതൊരു പ്രയോജനവുമില്ല, കാരണം അറിയാൻ ഒന്നുമില്ല. ഇതാണ് കാര്യങ്ങൾ ജീവസ്സുറ്റതാക്കുകയും അവ നമുക്ക് ഗ്രഹിക്കാവുന്നതാക്കി മാറ്റുകയും ചെയ്യുന്നത്.

സാർവ്വത്രിക ചിന്ത

നമുക്ക് സൃഷ്ടിക്കാൻ കഴിയുന്ന പ്രപഞ്ചത്തിന്റെ അസംസ്കൃത വസ്തുവാണ് സാർവ്വത്രിക ചിന്ത. സാർവ്വത്രിക മനസ്സിന്റെ ഊർജ്ജത്തിൽ നിന്ന് ചിന്തിക്കാനും രൂപം സൃഷ്ടിക്കാനുമുള്ള നമ്മുടെ കഴിവാണ് ഇത്.

ബോധത്തിലൂടെ നമുക്ക് ഗ്രഹിക്കാൻ കഴിയുന്ന വസ്തുവാണിത്. ചിന്തയില്ലെങ്കിൽ, നമുക്ക് ഒന്നും അറിയാൻ കഴിയില്ല. ടിവിയിൽ സിനിമ കാണാനുള്ള എല്ലാ വിവരങ്ങളും ഉൾക്കൊള്ളുന്ന ഡിവിഡി പോലെയാണ് ചിന്ത. ടിവിയും ഡിവിഡി പ്ലെയറും ബോധം പോലെയാണ് – സിനിമ കാണാനും അനുഭവിക്കാനും കഴിയുന്ന തരത്തിൽ ഡിവിഡിയിലെ വിവരങ്ങൾ ജീവസ്സുറ്റതാക്കാൻ ഇത് നമ്മെ അനുവദിക്കുന്നു. ഡിവിഡി പ്ലെയറും ടിവിയും പവർ ചെയ്യാൻ ആവശ്യമായ വൈദ്യുതി സാർവ്വത്രിക മനസ്സ് പോലെയാണ്, അത് എല്ലാ വസ്തുക്കളെയും ബന്ധിപ്പിക്കുകയും ശക്തി പ്രാപിക്കുകയും ചെയ്യുന്ന അദൃശ്യ ഊർജ്ജം/ശക്തിയാണ്. എല്ലാത്തിനും പ്രവർത്തിക്കാൻ കഴിയുന്ന ഉറവിടമാണിത്.

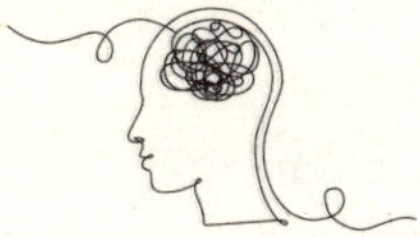

7

ചിന്തിക്കുന്നതാണ് നമ്മുടെ കഷ്ടതകളുടെ മൂലകാരണമെങ്കിൽ, നമ്മൾ ചിന്തിക്കുന്നത് എങ്ങനെ നിർത്തും?

“

തിരക്കേറിയ മനസ്സ് ശാന്തമായ
ഹൃദയത്തിന് ഇടം നൽകില്ല.

”

ക്രിസ്റ്റീൻ ഇവാഞ്ചലോ

സ്വർഗ്ഗവും നരകവും : ഒരു സെൻ ഉപമ

കഠിനവും ധൈര്യവുമുള്ള ഒരു സമുറായി ഒരിക്കൽ ധ്യാനത്തിൽ മുഴുകിയിരുന്ന ഒരു സെൻ ഗുരുവിനെ സമീപിച്ചു. അക്ഷമനും മര്യാദകെട്ടവനും ആക്രോശം ശീലമാക്കിയവനുമായ സമുറായി, "സ്വർഗ്ഗത്തിന്റെയും നരകത്തിന്റെയും സ്വഭാവം എന്നോട് പറയൂ" എന്ന് ശക്തമായി തന്റെ പരുപരുത്ത ശബ്ദത്തിൽ ആവശ്യപ്പെട്ടു.

സെൻ മാസ്റ്റർ കണ്ണുതുറന്നു, സമുറായിയുടെ മുഖത്തേക്ക് നോക്കി, ഒരു പരിഹാസത്തോടെ മറുപടി പറഞ്ഞു, "നിങ്ങളെപ്പോലെയുള്ള വൃത്തികെട്ട, വെറുപ്പുളവാക്കുന്ന, നിരാശാജനകനായ ഒരുത്തന് ഞാൻ എന്തിന് ഉത്തരം നൽകണം? നിന്നെപ്പോലെയുള്ള ഒരു പുഴു, ഞാൻ നിന്നോട് എന്തെങ്കിലും പറയണമെന്ന് നിനക്ക് തോന്നുന്നുണ്ടോ? എനിക്ക് നിന്നെ സഹിക്കാനാവില്ല. എന്റെ ദൃഷ്ടിയിൽ നിന്ന് പോകൂ. മണ്ടത്തരങ്ങളായ ചോദ്യങ്ങളോട് പ്രതികരിക്കാൻ എനിക്ക് സമയമില്ല.

ഈ അപമാനങ്ങൾ സമുറായിക്ക് സഹിക്കാനായില്ല. ക്രോധത്താൽ ദഹിച്ച അവൻ തന്റെ വാൾ ഊരി ഗുരുവിന്റെ തല ഒറ്റയടിക്ക് വേർപെടുത്താൻ ഉയർത്തി. സമുറായിയുടെ കണ്ണുകളിലേക്ക് നേരിട്ട് നോക്കി, സെൻ ഗുരു ആർദ്രമായി പറഞ്ഞു, "ഇതാണ് നരകം."

സമുറായി മരവിച്ചുപോയി. കോപം തന്റെ പിടിയിലാണെന്ന് അയാൾക്ക് പെട്ടെന്ന് മനസ്സിലായി. അവന്റെ മനസ്സ് അവന്റെ സ്വന്തം നരകം സൃഷ്ടിച്ചു – നീരസവും വിദ്വേഷവും സ്വയം പ്രതിരോധവും ക്രോധവും നിറഞ്ഞ ഒന്ന്. ആരെയെങ്കിലും കൊല്ലുത്തക്കവിധം യാതന തന്നിൽ ഉളവായെന്ന് അവൻ തിരിച്ചറിഞ്ഞു.

സമുറായിയുടെ കണ്ണുകൾ നിറഞ്ഞൊഴുകി. തന്റെ വാൾ മാറ്റിവെച്ച്, ഈ ഉൾക്കാഴ്ചയ്ക്ക് നന്ദിയോടെ അദ്ദേഹം കൈപ്പത്തികൾ ചേർത്തു വണങ്ങി.

സെൻ ഗുരു മൃദുവായി ഒരു പുഞ്ചിരിയോടെ സമ്മതിച്ചു, "ഇതാണ് സ്വർഗ്ഗം."

ചിന്തിക്കുന്നത് പൂർണ്ണമായും നിർത്തുക എന്നത് സാധ്യമല്ല, എന്നാൽ നമുക്ക് ചെയ്യാൻ കഴിയുന്നത് നമ്മൾ ചിന്തിക്കുന്ന സമയം കുറയ്ക്കുക എന്നതാണ്, അങ്ങനെ അത് കടന്നുപോകുന്ന ഓരോ ദിവസവും ചെറുതായി തീരുന്നു. ആത്യന്തികമായി, നമ്മുടെ ചിന്തകളിൽ ഒതുങ്ങാതെ ദിവസത്തിന്റെ ഭൂരിഭാഗവും ചെലവഴിക്കുകയും കൂടുതൽ സമയവും ആനന്ദകരമായ അവസ്ഥയിൽ ജീവിക്കുകയും ചെയ്യുന്ന അവസ്ഥയിലേക്ക് നമുക്ക് എത്തിച്ചേരാനാകും.

നമ്മൾ ചിന്തിക്കുന്നത് നിർത്തണമെന്ന് പറയുമ്പോൾ, പൊതുവെ എല്ലാ ചിന്തകളും നിർത്താൻ ശ്രമിക്കുകയാണെന്ന് പലരും കരുതുന്നു. നമ്മൾ ചെയ്യാൻ ശ്രമിക്കുന്നത് ഇതല്ല. ചിന്തകളും ചിന്തിക്കുന്നതും തമ്മിലുള്ള വ്യത്യാസം ഇപ്പോൾ നിങ്ങൾക്കറിയാം, ഉയർന്നുവരുന്ന ചിന്തകളെക്കുറിച്ചുള്ള ചിന്തകൾ നമ്മൾ ചെറുതാക്കുമ്പോൾ, ചിന്തകൾ നമ്മിലൂടെ വരാനും ഒഴുകാനും അനുവദിക്കുന്നതിൽ നമ്മൾ പ്രവർത്തിക്കുന്നു.

നമ്മുടെ ചിന്തയെ തടയുന്നതിനുള്ള ഏറ്റവും രസകരവും ഏറെക്കുറെ വിരോധാഭാസവുമായ കാര്യം, അതിനെക്കുറിച്ച് ബോധവാന്മാരായിരിക്കുക എന്നതിലുപരി അതിനെ ചെറുതാക്കാൻ ഞങ്ങൾ ഒന്നും ചെയ്യേണ്ടതില്ല എന്നതാണ്. നമ്മൾ ചിന്തിക്കുന്നുണ്ടെന്നും അത് നമ്മുടെ എല്ലാ കഷ്ടപ്പാടുകളുടെയും മൂലകാരണമാണെന്നും മനസ്സിലാക്കുന്നതിലൂടെ, അത് യാന്ത്രികമായി ആ വസ്തുതയിലേക്ക് നമ്മെ ബോധവാന്മാരാക്കുന്നു, ഞങ്ങൾ അതിനോട് വേർപിരിഞ്ഞ്, അത് സ്ഥിരതാമസമാക്കാനും കടന്നുപോകാനും അനുവദിക്കുന്നു. ഇത് മിക്കവാറും പരിശ്രമം ആവശ്യമില്ലാത്തതാണ്, ഈ നിമിഷത്തിൽ ശുദ്ധമായ സാന്നിധ്യത്തിലൂടെയാണ് ഇത് ചെയ്യുന്നത്.

ഈ ആശയം വ്യക്തമാക്കുന്ന എന്റെ ഉപദേശകരിൽ ഒരാളിൽ നിന്നുള്ള ഒരു സാമ്യം ഇങ്ങനെയാണ് :

ഞാൻ നിങ്ങൾക്ക് ഒരു പാത്രത്തിൽ ഇരുണ്ടതും വൃത്തികെട്ടതും കലങ്ങിയതുമായ വെള്ളം നൽകുന്നുവെന്ന് സങ്കൽപ്പിക്കുക. നിങ്ങൾ എങ്ങനെ ഈ വെള്ളം ശുദ്ധീകരിക്കുമെന്ന് ഞാൻ നിങ്ങളോട് ചോദിച്ചാൽ, നിങ്ങൾ അത് എങ്ങനെ ചെയ്യും?

മുന്നോട്ട് പോകുന്നതിന് മുമ്പ് നിങ്ങൾ എന്ത് ഉത്തരങ്ങളാണ് നൽകുന്നതെന്ന് കാണാൻ 15 നിമിഷം എടുക്കുക.

വെള്ളം ഫിൽട്ടർ ചെയ്യുകയോ തിളപ്പിക്കുകയോ ചെയ്യുക എന്ന രീതിയിലാണ് മിക്കവരും എന്തെങ്കിലും പറയുന്നത്. അധികമാരും മനസ്സിലാക്കാത്ത കാര്യം, അഴുക്കുവെള്ളത്തിന്റെ പാത്രം കുറച്ചുനേരം ഇരിക്കാൻ അനുവദിച്ചാൽ, അഴുക്ക് വെള്ളത്തിൽ തനിയെ അടിഞ്ഞുകൂടാൻ തുടങ്ങുകയും കുറച്ച് സമയത്തിന് ശേഷം സ്വയമേ വെള്ളം തെളിഞ്ഞുവരുകയും ചെയ്യുന്നു.

നമ്മുടെ മനസ്സും ഇങ്ങനെയാണ് പ്രവർത്തിക്കുന്നത്. നമ്മുടെ ചിന്തയെ "ഫിൽട്ടർ" ചെയ്യാനോ "തിളപ്പിക്കാനോ" ശ്രമിച്ച് അതിനെ ശല്യപ്പെടുത്താതെ ശാന്തമാകാൻ അനുവദിച്ചാൽ, ചിന്ത സ്വയം സ്ഥിരത കൈവരിക്കുകയും നമ്മുടെ മനസ്സ് ചിന്തയിൽ നിന്ന് സ്വതന്ത്രമാവുകയും ചെയ്യും. ജലത്തിന്റെ സ്വാഭാവിക അവസ്ഥ വ്യക്തമാണ്, നാം അതിനെ ശല്യപ്പെടുത്തുന്നില്ലെങ്കിൽ നമ്മുടെ മനസ്സിന്റെ സ്വാഭാവിക അവസ്ഥയും വ്യക്തമാണ്.

ജീവിതം അവ്യക്തതയും ക്രമരാഹിത്യവും സമ്മർദ്ദപൂരിതവും അനുഭവപ്പെടാൻ തുടങ്ങിയാൽ, അടുത്തതായി എന്തുചെയ്യണമെന്ന് നിങ്ങൾക്ക് ഉറപ്പില്ലെങ്കിൽ, അത് നിങ്ങളുടെ അഴുക്ക് ചിന്ത ഇളക്കിവിടുകയും നിങ്ങളുടെ മനസ്സിനെ മൂടിക്കെട്ടുകയും മുന്നോട്ട് കാണാൻ പ്രയാസകരമാക്കുകയും ചെയ്യുന്നതിനാൽ മാത്രമാണെന്ന് നിങ്ങൾക്ക് മനസ്സിലാകും. നിങ്ങൾ വളരെയധികം ചിന്തിക്കുക യാണെന്ന് മനസ്സിലാക്കാൻ സഹായിക്കുന്നതിന് നിങ്ങൾക്ക് ഇതിനെ ഒരു സൂചകമായി ഉപയോഗിക്കാം.

നമ്മൾ ചിന്തിക്കുന്നത് മാത്രമേ നമുക്ക് അനുഭവപ്പെടുന്നുള്ളൂ വെന്നും ചിന്തയാണ് നമ്മുടെ അസുഖകരമായ അനുഭവത്തിന്റെ മൂലകാരണം എന്ന വസ്തുതയെക്കുറിച്ച് ഒരിക്കൽ നാം ബോധവാന്മാ രായിക്കഴിഞ്ഞാൽ, അത് യഥാർത്ഥത്തിൽ എന്താണെന്ന് ഞങ്ങൾ കാണുന്നു. അതിനുശേഷം, അതിന് ഇടം നൽകിക്കൊണ്ട് ഞങ്ങൾ അതിനെ സ്ഥിരപ്പെടുത്താൻ അനുവദിക്കുന്നു, സാവധാനം നമുക്ക് എങ്ങനെ വ്യക്തമായ മനസ്സ് ലഭിക്കാൻ തുടങ്ങും എന്ന് നോക്കാം.

നിങ്ങൾക്ക് ചിന്തയെ മണലുമായി താരതമ്യം ചെയ്യാം. നമ്മുടെ ചിന്തയോട് എത്രത്തോളം പോരാടുന്നുവോ അത്രയധികം അത് നിഷേധാത്മക വികാരങ്ങളെ വർദ്ധിപ്പിക്കുകയും അത് കൂടുതൽ വഷളാക്കുകയും ചെയ്യുന്നു. മണലിന്റെ കാര്യത്തിലും ഇതുതന്നെയാണ് സ്ഥിതി. നമ്മൾ മണലിലാണെങ്കിൽ, അതിനെതിരെ പോരാടുകയല്ല പോംവഴി. നാം പരിഭ്രാന്തരാകുകയും ഭ്രാന്തമായി അതിനെ

ചെറുക്കാൻ ശ്രമിക്കുകയും ചെയ്താൽ, അത് നമ്മുടെ മേലുള്ള പിടി മുറുക്കി വേഗത്തിലാക്കിക്കൊണ്ട് കാര്യങ്ങൾ കൂടുതൽ വഷളാക്കുക യേയുള്ളൂ. നിങ്ങളെ അനായാസം ഉപരിതലത്തിലേക്ക് തിരികെ കൊണ്ടുവരാൻ നിങ്ങളുടെ ശരീരത്തിന്റെ സ്വാഭാവിക ഉത്തേജനം ഏറ്റെടുക്കാൻ അനുവദിക്കുകയും സമരം അവസാനിപ്പിക്കുകയും ചെയ്യുക എന്നതാണ് ഏക പോംവഴി. നമ്മുടെ ചിന്തയിൽ നിന്ന് മോചനം നേടാനുള്ള ഒരേയൊരു മാർഗ്ഗം, നമ്മുടെ സ്വാഭാവിക ആന്തരിക ജ്ഞാനം എല്ലായ്പ്പോഴും ഉള്ളതുപോലെ വ്യക്തതയി ലേക്കും സമാധാനത്തിലേക്കും നമ്മെ തിരികെ നയിക്കുമെന്ന് വിശ്വസിക്കുക എന്നതാണ്.

നിങ്ങൾ ചിന്തിക്കുന്നതിനും ചിന്തിക്കാതിരിക്കുന്നതിനും ഇടയിൽ ചാഞ്ചാടുന്നതായി നിങ്ങൾ കണ്ടെത്തുകയാണെങ്കിൽ, അത് പൂർണ്ണമായും ശരിയും തികച്ചും സാധാരണവുമാണെന്ന് അറിയുക. എല്ലാ ദിവസവും ഓരോ സെക്കൻഡിലും ചിന്തിക്കാത്ത അവസ്ഥയിൽ തുടരാൻ ഒരു വഴിയുമില്ല, അത് ഒരു ലക്ഷ്യമാക്കാൻ ശ്രമിച്ചാൽ, വീണ്ടും ചിന്തിക്കാൻ നിർബന്ധിതരായി നാം സ്വയം കഷ്ടപ്പെടാൻ ഇടയാക്കും.

ശാരീരികവും പരിമിതവുമായ അനുഭവമുള്ള ആത്മീയ, അനന്തമായ ജീവികളാണ് നാം. ഇക്കാരണത്താൽ, നമ്മൾ അക്ഷരാർത്ഥത്തിൽ മനുഷ്യനും ദൈവികതയ്ക്കും ഇടയിലുള്ള ഒരു ജീവനുള്ള കവാടമാണ്, അതിനാൽ ഉത്കണ്ഠ/സമ്മർദ്ദം, സന്തോഷം/സമാധാനം എന്നീ രണ്ട് അവസ്ഥകൾക്കിടയിൽ സ്വാഭാവികമായും നാം ആന്ദോളനം ചെയ്യും. ചിന്തയും ചിന്താശൂന്യ തയും തമ്മിലുള്ള ആന്ദോളനം നിയന്ത്രിക്കാനോ തടയാനോ നമുക്ക് കഴിയില്ല, എന്നാൽ ചിന്തയിൽ ചെലവഴിക്കുന്ന സമയം കുറയ്ക്കാനും അങ്ങനെ നമുക്ക് സന്തോഷവും സമാധാനവും വികാരഭരിതവും സ്നേഹം നിറഞ്ഞതും അനുഭവപ്പെടുന്ന കൂടുതൽ നിമിഷങ്ങൾ സൃഷ്ടിക്കാനും കഴിയും.

നാം ചിന്തിക്കാൻ തുടങ്ങുമ്പോൾ നിയന്ത്രിക്കാൻ കഴിയാതെ വരുന്നത് അനിവാര്യമായ ഒരു വിധിയാൽ നാം ശപിക്കപ്പെട്ടതായി തോന്നുമെങ്കിലും, വിഷമിക്കേണ്ട കാര്യമില്ല, കാരണം നമുക്ക് എല്ലായ്പ്പോഴും ചിന്തിക്കാത്ത അവസ്ഥയിലേക്ക് മടങ്ങാം. അത് നമ്മുടെ മനോഹരമായ മനുഷ്യാനുഭവത്തിന്റെ ഒരു ഭാഗം മാത്രമാണ്.

നമുക്ക് യഥാർത്ഥ സമാധാനം നൽകാൻ കഴിയുന്നത് നമുക്ക് എല്ലായ്പ്പോഴും ഈ ശുദ്ധമായ സമാധാനത്തിന്റെയും സ്നേഹത്തി ന്റെയും പൂർത്തീകരണത്തിന്റെയും ഈ അവസ്ഥയുണ്ടെന്ന് അറിയുക

എന്നതാണ്. നമ്മൾ എപ്പോഴും ആഗ്രഹിക്കുന്ന ആ സുന്ദരമായ അവസ്ഥ നമുക്ക് ഒരിക്കലും നഷ്ടപ്പെടാൻ ആഗ്രഹിക്കാൻ കഴിയാത്ത താണ്, പക്ഷേ മറക്കാൻ മാത്രം. പക്ഷേ, നമുക്ക് അത് മറക്കാൻ കഴിയും എന്നതുകൊണ്ട് അത് അവിടെ ഇല്ലെന്ന് അർത്ഥമാക്കുന്നില്ല. രാത്രിയാകുകയും സൂര്യൻ അസ്തമിക്കുകയും ചെയ്യുന്നതുപോലെ, സൂര്യൻ എപ്പോഴും ഉണ്ടെന്ന് നമുക്കറിയാം, നമുക്ക് അത് കാണാൻ കഴിയില്ല. സൂര്യൻ അസ്തമിക്കുമ്പോൾ അത് ഒരിക്കലും തിരിച്ച് വരില്ലെന്ന് നാം ചിന്തിച്ചിരുന്നെങ്കിൽ, മനസ്സിലാക്കാവുന്നതേയുള്ളൂ, നമുക്ക് ആകാംക്ഷയും ഭയവും നിറഞ്ഞ ചിന്തകൾ ഉണ്ടാകും. നമ്മുടെ അവസ്ഥയും ഇതുതന്നെയാണ്.

വ്യക്തത, സ്നേഹം, സന്തോഷം, സമാധാനം, സംതൃപ്തി എന്നിവയുടെ അനന്തമായ കിണർ എപ്പോഴും നമുക്കുണ്ടെന്ന് ഓർമ്മിക്കുന്നതിൽ നിന്ന് നമ്മൾ ശരിക്കും ഒരു നിമിഷം അകലെയാണ്. നമ്മൾ ചിലപ്പോൾ മറക്കും, പക്ഷേ നെഗറ്റീവ് വികാരങ്ങൾ അനുഭവിക്കുമ്പോൾ നമ്മുടെ ചിന്തകളിൽ നാം കുടുങ്ങിപ്പോയെന്ന് ഓർക്കുകയും തിരിച്ചറിയുകയും ചെയ്യുമ്പോൾ, അത് മാത്രമേ നമ്മുടെ സ്വാഭാവിക സുന്ദരമായ അവസ്ഥയിലേക്ക് വീട്ടിലേക്ക് മടങ്ങാൻ അനുവദിക്കൂ. നമ്മൾ ചെയ്യേണ്ടത് അത് ഓർത്തിരിക്കുക, ഇത് നമ്മുടെ ചിന്ത മാത്രമാണെന്ന് അറിയുക, സൂര്യൻ എന്നെന്നേക്കുമായി പോയിട്ടില്ലെന്നും ഉടൻ തന്നെ അത് വീണ്ടും ഉദിക്കുമെന്നും അറിഞ്ഞുകൊണ്ട് സമാധാനം നേടുക. ആ ധാരണയുണ്ടെങ്കിൽ, പ്രപഞ്ചത്തിലെ അസ്തിത്വത്തിനും പങ്കിനും രാത്രിയെ വിലമതി ക്കാനും നമ്മെ അനുവദിക്കും. നമ്മുടെ മനുഷ്യാനുഭവത്തിന്റെ ഭാഗമാകാനും അതിന്റെ സൗന്ദര്യത്തെ സൂര്യനെപ്പോലെ വിലമതി ക്കാനും അത് എങ്ങനെ ഉദ്ദേശിക്കുന്നുവെന്നും അതിൽ നിന്ന് നമുക്ക് കാണാൻ കഴിയും.

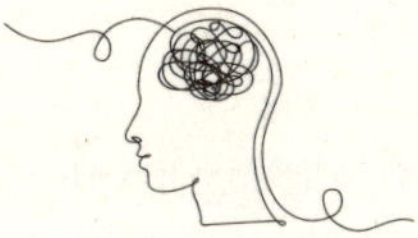

8

ചിന്തിക്കാതെ എങ്ങനെ ലോകത്ത് അഭിവൃദ്ധി പ്രാപിക്കാൻ നമുക്ക് കഴിയും?

“

ഉത്കണ്ഠ എന്നത് നിയന്ത്രണമില്ലാത്ത ചിന്തയാണ്.
ചിന്തയില്ലാതെയുള്ള നിയന്ത്രണമാണ് ഒഴുക്ക്.

”

ജെയിംസ് ക്ലിയർ

ഈ ചോദ്യത്തെക്കുറിച്ചുള്ള ഉൾക്കാഴ്ചയിലേക്ക് നിങ്ങളെ നയിക്കുന്ന ഒരു ചോദ്യം ഇതാ :

ഈ നിമിഷത്തിൽ നിങ്ങൾ ചെയ്യുന്ന കാര്യങ്ങളിൽ നിങ്ങളെ പൂർണ്ണമായും മനംകവരുകയും ഹർഷോന്മത്തനാക്കുകയും ചെയ്യുന്ന നിങ്ങളുടെ ഏറ്റവും മികച്ച ജോലി ചെയ്യുമ്പോൾ നിങ്ങളുടെ തലയിൽ എന്ത് ചിന്തകളാണ് കടന്നുപോകുന്നത്?

മുന്നോട്ട് പോകുന്നതിന് മുമ്പ് ഒരുത്തരം മനസ്സിൽ വരുന്നതിനായി ഏകദേശം 15 സെക്കൻഡ് എടുക്കുക.

നിങ്ങൾക്ക് ഇപ്പോഴും ഉത്തരത്തിൽ നിന്ന് ഉൾക്കാഴ്ചയോ അന്തർജ്ഞാനമോ ലഭിച്ചിട്ടില്ലെങ്കിൽ, നിങ്ങളെ ശരിയായ ദിശയിലേക്ക് നയിച്ചേക്കാവുന്ന മറ്റൊരു ചോദ്യം ഇതാ :

നിങ്ങൾ ചെയ്യുന്നതിനെ നിങ്ങൾ വളരെയധികം സ്നേഹിക്കുകയും അതിൽ മുഴുകിയിരിക്കുകയും ചെയ്യുമ്പോൾ, നിങ്ങൾക്ക് സമയവും സ്ഥലവും സംബന്ധിച്ച എല്ലാ ബോധവും നഷ്ടപ്പെടുമ്പോൾ (അതായത്, നിങ്ങൾ പൂർണ്ണമായ ഒഴുക്കിന്റെ അവസ്ഥയിലായിരിക്കുന്നു), ഈ നിമിഷത്തിലെ ഒഴുക്കിന്റെ അവസ്ഥയിൽ നിങ്ങളുടെ മനസ്സിലൂടെ എന്ത് ചിന്തകളാണ് കടന്നുപോകുന്നത്?

ഇവിടെ താൽക്കാലികമായി നിർത്തുക, ഉത്തരം ഉണ്ടാകുന്നതു വരെ കാത്തിരിക്കുക (ഉൾക്കാഴ്ച വരുന്നതിന് ഏകദേശം 30-60 സെക്കൻഡ് നൽകുക).

നിങ്ങൾക്കും നിങ്ങൾ ചെയ്യുന്ന ഏറ്റവും മികച്ച ജോലിക്കും ഇടയിൽ വേർപിരിയലില്ലാത്ത മൊത്തത്തിലുള്ള ഒഴുക്കിന്റെ അവസ്ഥയിലായിരിക്കുമ്പോൾ, ഈ നിമിഷം നിങ്ങൾക്ക് ചിന്തകളൊന്നും ഉണ്ടാകില്ല. നിങ്ങൾക്ക് ചിന്തകളുണ്ടെങ്കിൽ, നിങ്ങൾ അതിനെക്കുറിച്ച് ചിന്തിക്കാതെ തന്നെ അത് നിങ്ങളിലൂടെ ഒഴുകുന്നു. മറ്റൊരു വിധത്തിൽ പറഞ്ഞാൽ, മനുഷ്യരുടെ ഏറ്റവും ഉയർന്ന പ്രകടനത്തിന്റെ അവസ്ഥയെ ചിന്തിക്കാത്ത അവസ്ഥ എന്ന് വിശേഷിപ്പിക്കാം. ഇത് ഭ്രാന്താണെന്ന് തോന്നാം, പക്ഷേ നമ്മൾ ചിന്തിക്കാത്തപ്പോൾ നമ്മുടെ ഏറ്റവും മികച്ച ജോലി നമ്മൾ

ചെയ്യുന്നുവെന്ന്, നിങ്ങളുടെ സ്വന്തം അനുഭവത്തിലൂടെ നിങ്ങൾ അത് തെളിയിച്ചു.

ഈ വിഷയത്തിന്റെ സത്യാവസ്ഥ വ്യക്തമാക്കാൻ സഹായിക്കുന്ന മറ്റൊരു ഉദാഹരണംകൂടി നോക്കാം. പ്രൊഫഷണൽ അല്ലെങ്കിൽ ഒളിമ്പിക് അത്ലറ്റുകൾ പോലും മത്സരിക്കുമ്പോൾ, ഗെയിമിനിടെ സംഭവിക്കുന്ന ഓരോ കാര്യങ്ങളും അവർ ചിന്തിക്കുകയും അമിതമായി വിശകലനം ചെയ്യുകയും ചെയ്യുന്നുണ്ടെന്ന് നിങ്ങൾ കരുതുന്നുണ്ടോ? അവരുടെ മത്സരത്തിനിടയിൽ അവരുടെ മനസ്സിൽ എന്ത് ചിന്തകൾ വരുന്നു അല്ലെങ്കിൽ എന്തു ചിന്തിക്കുന്നുവെന്നാണ് നിങ്ങൾ കരുതുന്നത്? ഏറ്റവും ഉയർന്ന പ്രകടനം കാഴ്ചവെക്കുന്ന കായികതാരങ്ങൾ അവരുടെ ഏറ്റവും ഉയർന്ന അവസ്ഥയിൽ ആയിരിക്കുമ്പോൾ അവർ "സോണിൽ" ആണെന്ന് വിവരിക്കും. ഈ "മേഖല" എന്നത് ഒഴുക്കിന്റെ അവസ്ഥയാണ് അല്ലെങ്കിൽ ചിന്തിക്കാത്ത അവസ്ഥയാണ്.

ജാപ്പനീസ് സംസ്കാരത്തിൽ, ഈ പ്രതിഭാസത്തെ വിവരിക്കാൻ അവർക്ക് മനോഹരമായ ഒരു വാക്ക് ഉണ്ട് : മുഷിൻ.

ഷോട്ടോകാൻടൈംസിൽ നിന്നുള്ള നിർവ്വചനം ഇങ്ങനെയാണ് :

"മനസ്സ് ക്രമരഹിതമായ ചിന്തകളില്ലാത്തതും കോപമില്ലാത്തതും ഭയമില്ലാത്തതും പ്രത്യേകിച്ച് അഹംഭാവമില്ലാത്തതുമായിരിക്കുമ്പോഴാണ് മുഷിൻ കൈവരിക്കുന്നത്. യുദ്ധസമയത്തും അല്ലെങ്കിൽ ജീവിതത്തിന്റെ മറ്റ് വശങ്ങളിലും ഇത് ബാധകമാണ്. യുദ്ധസമയത്ത് മുഷിൻ നേടുമ്പോൾ, അയഞ്ഞതോ അലയുന്നതോ ആയ ചിന്തകളുടെ അഭാവമുണ്ട്. ഒരു മടിയും കൂടാതെ പ്രവർത്തിക്കാനും പ്രതികരിക്കാനും ഇത് പരിശീലകനെ സ്വതന്ത്രനാക്കുന്നു. കരാട്ടെയെ ഈ നിലയിലേക്ക് എത്തിച്ച പഠനത്തിനും പരിശീലനത്തിനും അനുസരിച്ചാണ് അദ്ദേഹം പ്രതികരിക്കുന്നത്. നിങ്ങളുടെ അടുത്ത നീക്കം എന്തായിരിക്കണമെന്ന് നിങ്ങൾ കരുതുന്നതിനെ ആശ്രയിക്കുന്നില്ല, മറിച്ച് നിങ്ങളുടെ പരിശീലനം ലഭിച്ച, സഹജമായ, ഉപബോധമനസ്സിന്റെ പ്രതികരണം എന്താണ് ചെയ്യാൻ നിങ്ങളെ നയിക്കുന്നത്."

പരിശീലനത്തിന് ശേഷം, ചിന്ത അത്ലറ്റുകളുടെ പ്രകടനത്തെ തടസ്സപ്പെടുത്തുന്നു, എല്ലാവർക്കും ഇത് ബാധകമാണ്. നമ്മൾ ചിന്തിക്കാനും അമിതമായി വിശകലനം ചെയ്യാനും തുടങ്ങുമ്പോൾ മാത്രമാണ് നമുക്ക് മടിയും വിമുഖതയും സംശയങ്ങളും അരക്ഷിതാ

വസ്ഥയും ഭയവും ഉണ്ടാകുന്നത്. നമ്മൾ പ്രവർത്തിക്കുകയും നമ്മുടെ മികച്ച പ്രകടനം നടത്തുകയും ചിന്തിക്കാത്ത അവസ്ഥയിലേക്ക് പ്രവേശിക്കുന്ന നിമിഷത്തിൽ നമ്മുടെ മുഴുവൻ കഴിവുകളും ഉൾക്കൊള്ളുകയും ചെയ്യുന്നു. ചിന്തിക്കാതെ തന്നെ, അഹന്തയുടെ പരിമിതികളിൽ നിന്ന് മുക്തരായ നമുക്ക് ലോകത്തിലെ ഏറ്റവും അവിശ്വസനീയമായ കാര്യങ്ങൾ സൃഷ്ടിക്കാൻ കഴിയും. ഈ വിശ്വാസം സ്വീകരിക്കാൻ ഞാൻ നിങ്ങളോട് ആവശ്യപ്പെടുന്നില്ല, മറിച്ച് അത് പരീക്ഷിച്ച് സ്വയം അനുഭവിച്ചറിയുക, അതിലൂടെ ഇത് നിങ്ങളുടേതാക്കാനുള്ള ഉൾക്കാഴ്ച നിങ്ങൾക്ക് ലഭിക്കും.

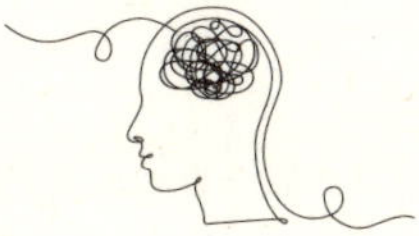

9

നമ്മൾ ചിന്തിക്കുന്നത് നിർത്തിയാൽ, നമ്മുടെ ലക്ഷ്യങ്ങൾ, സ്വപ്നങ്ങൾ, അഭിലാഷങ്ങൾ എന്നിവയ്ക്ക് എന്ത് സംഭവിയ്ക്കും?

“

നമ്മൾ അംഗീകരിക്കുന്നവയല്ലാതെ മനസ്സിന് പരിമിതികളൊന്നുമില്ല.

”

നെപ്പോളിയൻ ഹിൽ

ഞാൻ ചിന്തിക്കുന്നു, അതിനാൽ ഞാൻ കഷ്ടപ്പെടുന്നു

എന്റെ എല്ലാ കഷ്ടപ്പാടുകളുടെയും മൂലകാരണം ചിന്തയാണെന്ന് ഒടുവിൽ ഞാൻ മനസ്സിലാക്കിയപ്പോൾ, ഞാൻ മുകളിലേക്കും താഴേക്കും ചാടി, ആഹ്ലാദഭരിതനായി, ആശ്വാസത്തോടെ, എന്റെ ജീവിതത്തിൽ ഞാൻ അനുഭവിച്ച എല്ലാ നിഷേധാത്മകതയുടെയും യഥാർത്ഥ കാരണം കണ്ടെത്തിയതിൽ ഞാൻ നന്ദിയുള്ളവനായിരുന്നു. ഈ ആഹ്ലാദത്തിന് ആയുസ്സ് കുറവായിരുന്നു, കാരണം ആഹ്ലാദം തീർന്നതിന് ശേഷം, അടുത്ത ചിന്തകൾ എന്റെ മനസ്സിലേക്ക് ഉയർന്നുവന്നു :

ചിന്തയാണ് എന്റെ എല്ലാ കഷ്ടപ്പാടുകളുടെയും മൂലകാരണം, ഞാൻ ചിന്തിക്കുന്നത് നിർത്തുകയാണെങ്കിൽ, ഇപ്പോൾ ഞാൻ എങ്ങനെ എന്റെ ജീവിതം നയിക്കും? എന്റെ എല്ലാ ലക്ഷ്യങ്ങളെയും സ്വപ്നങ്ങളെയും അഭിലാഷങ്ങളെയും കുറിച്ചെന്ത്? ജീവിതത്തിൽ കാര്യങ്ങൾ ആഗ്രഹിക്കുന്നത് ഞാൻ നിർത്തണോ? ഞാൻ ഒരു കട്ടിലിൽ ഉരുളക്കിഴങ്ങായി മാറുമോ, എന്റെ ജീവിതത്തിൽ ഇനി ഒന്നും ചെയ്യില്ലേ?

നിങ്ങൾക്ക് ആശ്ചര്യമുണ്ടായെങ്കിൽ, അതെ, ഞാൻ ടെലിപതിക് ആണ്, അതെ, എനിക്ക് നിങ്ങളുടെ മനസ്സ് വായിക്കാൻ കഴിയും. വെറും തമാശയാണ്, പക്ഷേ ഞാൻ എങ്ങനെയാണ് ഇപ്പോൾ നിങ്ങളുടെ മനസ്സിൽ ചിന്തിക്കാൻ ഏറ്റവും സാധ്യതയുള്ള ചിന്തകളും, കൃത്യമായതോ സമാനമായതോ ആയ ചോദ്യങ്ങളും എഴുതിയതെന്ന് നിങ്ങൾ ആശ്ചര്യപ്പെടുന്നുണ്ടെങ്കിൽ, ഞാനും ഒരു മനുഷ്യനാണ്, അതുകൊണ്ടാണ്. നാമെല്ലാവരും നമ്മുടെ യഥാർത്ഥ സ്വത്വങ്ങളിലേക്കുള്ള ഉണർവ്വിന്റെ സമാനമായ യാത്രകളിലൂടെയാണ് കടന്നുപോകുന്നത്, അതിനാൽ നിങ്ങളുടെ യഥാർത്ഥ മഹത്വം കാണാൻ നിങ്ങൾ വരുമ്പോൾ നിങ്ങൾ ഇപ്പോൾ അനുഭവിക്കുന്ന അതേ ചിന്തകൾ പലർക്കും ഉണ്ടെന്ന് ഉറപ്പാക്കുക.

ഇനി നമ്മൾ ചിന്തിക്കുന്നത് നിർത്തിയാൽ നമ്മുടെ ലക്ഷ്യങ്ങൾ, സ്വപ്നങ്ങൾ, അഭിലാഷങ്ങൾ എന്നിവയെക്കുറിച്ച്

നമ്മൾ എന്ത് ചെയ്യും എന്ന ചോദ്യത്തിലേക്ക് മടങ്ങുക. ഈ ചോദ്യങ്ങളെക്കുറിച്ച് ചിന്തിച്ചുകൊണ്ടിരുന്നപ്പോൾ, അവിശ്വസനീയമാംവിധം ഭയവും ഉത്കണ്ഠയും ഉയർന്നുവരാൻ തുടങ്ങി, കാരണം അതെല്ലാം ഉപേക്ഷിച്ച് പർവ്വതങ്ങളുടെ നടുവിൽ ഒരു സന്യാസിയാകേണ്ടിവരുമെന്ന് ഞാൻ കരുതി.

ഞാൻ തീർച്ചയായും അത് ചെയ്യാൻ തയ്യാറായില്ല. എന്റെ ജീവിതത്തിന്റെ വലിയൊരു ഭാഗം കഷ്ടപ്പാടുകളാൽ നിറഞ്ഞതാണെങ്കിൽപ്പോലും, ഞാൻ പ്രബുദ്ധനും ജീവിതത്തിൽ നിന്ന് വേർപെട്ടവനുമായിരിക്കാൻ ഞാൻ ആഗ്രഹിക്കുന്നത്രയും, ഈ ലോകത്തിൽ ആയിരിക്കുന്നത് ഞാൻ ആത്മാർത്ഥമായി ആസ്വദിച്ചു, മറ്റ് ആളുകളുമായി ജീവിതത്തിന്റെ പൂർണ്ണത അനുഭവിച്ചു.

ഈ പുതിയ ധാരണ ഉപയോഗിച്ച് നമ്മുടെ ലക്ഷ്യങ്ങളെയും സ്വപ്നങ്ങളെയും എന്തുചെയ്യണമെന്നതിൽ ഞാൻ കണ്ടെത്തിയ കാര്യങ്ങൾ ഇതാ. മുൻ അധ്യായങ്ങളിൽ സൂചിപ്പിച്ചതുപോലെ, വിചാരങ്ങളും ചിന്തകളും തമ്മിൽ വ്യത്യാസമുണ്ട്. വിചാരങ്ങളുടെ ഉറവിടവും ചിന്തയുടെ ഉറവിടവും വ്യത്യസ്തമാണ്, അത് കഷ്ടപ്പാടുകൾക്ക് കാരണമാകുമോ ഇല്ലയോ എന്ന് നിർണ്ണയിക്കുന്നത് ഉറവിടമാണ്.

അതുപോലെ, നമ്മുടെ ലക്ഷ്യങ്ങളും സ്വപ്നങ്ങളും എവിടെ നിന്നാണ് വരുന്നത്, അവ പിന്തുടരുന്നതിൽ നമുക്ക് വലിയ സന്തോഷം തോന്നുന്നുണ്ടോ ഇല്ലയോ എന്ന് നിർണ്ണയിക്കും. ഈ ലോകത്തിലെ എല്ലാ കാര്യങ്ങളെയും പോലെ, അന്തർലീനമായി നല്ലതോ ചീത്തയോ ഒന്നുമില്ല, നമ്മുടെ ചിന്തകൾ മാത്രമാണ് അത് അങ്ങനെ ചെയ്യുന്നത്. ലക്ഷ്യങ്ങൾ, സ്വപ്നങ്ങൾ, അഭിലാഷങ്ങൾ എന്നിവപോലും നല്ലതോ ചീത്തയോ അല്ല, അതിനാൽ യഥാർത്ഥത്തിൽ അതോ അല്ലെങ്കിൽ ഇതോ എന്നൊരു സാഹചര്യമേ ഇല്ല, എന്നാൽ ആ ലക്ഷ്യങ്ങൾ എവിടെ നിന്നാണ് വരുന്നത് എന്നതു മാത്രമാണ് മുഖ്യം.

ലക്ഷ്യങ്ങളുടെ രണ്ട് ഉറവിടങ്ങളുണ്ട് : പ്രചോദനത്തിൽ നിന്ന് സൃഷ്ടിച്ച ലക്ഷ്യങ്ങളും നിരാശയിൽ നിന്ന് സൃഷ്ടിക്കപ്പെട്ട ലക്ഷ്യങ്ങളും.

നിരാശയിൽ നിന്ന് ലക്ഷ്യങ്ങൾ സൃഷ്ടിക്കപ്പെടുമ്പോൾ, നമുക്ക് വലിയ ദൗർലഭ്യവും അടിയന്തിരതയും അനുഭവപ്പെടുന്നു. അത് ഭാരമായി തോന്നുന്നു, ഒരു ഭാരം പോലെ, നമ്മൾ സ്വയം ഏൽപ്പിച്ചിരിക്കുന്ന ഭീമാകാരമായ ദൗത്യത്തിൽ നമുക്ക് ഭയം തോന്നിയേക്കാം, ആത്മവിശ്വാസക്കുറവും സ്വയം സംശയവും പ്രകടമാകാൻ തുടങ്ങുന്നു, നമുക്ക് ഒന്നിനും വേണ്ടത്ര സമയമില്ലെന്ന്

എല്ലായ്പ്പോഴും തോന്നുന്നു. നമ്മുടെ ലക്ഷ്യം വേഗത്തിൽ നിറവേറ്റാൻ കഴിയുന്ന ഉത്തരങ്ങൾക്കും വഴികൾക്കുമായി തീവ്രമായി തിരഞ്ഞുകൊണ്ട്, എല്ലായ്പ്പോഴും ബാഹ്യമായി നോക്കുന്നു, ഒരിക്കലും മതിയാകാത്തതോ എപ്പോഴെങ്കിലും മതിയാകുമെന്നതോ ആയ നമ്മുടെ ജീവിതത്തെ നാം ഉന്മാദത്തോടെ സഞ്ചരിക്കുന്നു. ഏറ്റവും മോശം, നമ്മുടെ ലക്ഷ്യം കൈവരിക്കാൻ കഴിഞ്ഞാൽ, ഏതാനും മണിക്കൂറുകൾക്കോ ദിവസങ്ങൾക്കോ ഉള്ളിൽ, അഭാവ ത്തിന്റെ അതേ വികാരങ്ങളെല്ലാം വീണ്ടും ഉയർന്നുവരാൻ തുടങ്ങുന്നു. നമ്മൾ ചെയ്തതിൽ സംതൃപ്തരല്ല, നമ്മുടെ നേട്ടങ്ങൾ ആസ്വദിക്കാൻ കഴിയാതെ വരുന്നു, കാരണം നമ്മൾ ചെയ്തിട്ടുള്ളതിനെക്കുറിച്ച് അസന്തുഷ്ടി തോന്നുന്നതിനാൽ, നമ്മളെക്കുറിച്ചും അങ്ങനെ തന്നെ തോന്നുന്നു. മറ്റെന്താണ് ചെയ്യേണ്ടതെന്ന് അറിയാതെ, മറ്റുള്ളവർ എന്താണ് ചെയ്യുന്നതെന്ന് ചുറ്റും നോക്കുന്നു, അവരും അതേ കാര്യം ചെയ്യുന്നത് തുടരുകയാണെന്ന് കാണുകയും ചെയ്യുന്നു. അങ്ങനെ, നമ്മുടെ ആത്മാവിനെ കടിച്ചുകീറുന്ന എല്ലാ നിഷേധാത്മക വികാരങ്ങളിൽ നിന്നും രക്ഷപ്പെടാനുള്ള ശ്രമത്തിൽ നിരാശയിൽ നിന്ന് മറ്റൊരു ലക്ഷ്യം സജ്ജീകരിക്കാൻ നമ്മൾ മുന്നോട്ട് പോകുന്നു. നമ്മൾ സജ്ജമാക്കിയ ഇത്തരത്തിലുള്ള ലക്ഷ്യങ്ങളിലേക്ക് അൽപ്പം ആഴത്തിൽ കുഴിക്കുമ്പോൾ, അവയെല്ലാം സാധാരണയായ "ലക്ഷ്യങ്ങൾ" ആണ്, "അവസാന ലക്ഷ്യങ്ങൾ" അല്ല. മറ്റൊരു വിധത്തിൽ പറഞ്ഞാൽ, ഈ നിരാശാജനകമായ അവസ്ഥയിൽ നാം സ്ഥാപിക്കുന്ന ലക്ഷ്യങ്ങൾ എല്ലാം അവസാനിക്കുന്നതിനുള്ള ഒരു മാർഗ്ഗമാണ്. ലക്ഷ്യം കൈവരിക്കാൻ നമ്മൾ ആഗ്രഹിക്കുന്നതിന് എല്ലായ്പ്പോഴും ഒരു കാരണമുണ്ട്, അത് എല്ലായ്പ്പോഴും മറ്റെന്തിനെങ്കിലും വേണ്ടിയുള്ളതാണ്. ഉദാഹരണത്തിന്, നമുക്ക് സാമ്പത്തിക സ്വാതന്ത്ര്യം ആവശ്യമുള്ളതിനാൽ കോടിക്കണക്കിന് ഡോളർ ബിസിനസ്സ് സൃഷ്ടിക്കാൻ നമ്മൾ ആഗ്രഹിക്കുന്നു, അല്ലെങ്കിൽ ജോലി ഉപേക്ഷിക്കാൻ നമ്മൾ ആഗ്രഹിക്കുന്നു, അതുവഴി അതിൽ നിന്നുള്ള സമ്മർദ്ദവും ഉത്കണ്ഠയും ഒഴിവാക്കാനാകും. ആഗ്രഹിക്കുന്നതിന് പകരം ഈ കാര്യങ്ങൾ ചെയ്യണമെന്ന് നമ്മൾക്ക് തോന്നുന്നു. നിരാശയിൽ നിന്ന് സൃഷ്ടിക്കപ്പെട്ട ലക്ഷ്യങ്ങൾ സാധാരണയായി "യാഥാർത്ഥ്യബോധമുള്ളതാണ്" കൂടാതെ നമ്മുടെ ഭൂതകാലത്തെയും ഈ നിമിഷത്തിൽ "സാധാരണമായത്" എന്ന് നാം കരുതുന്നതിനെയും വിശകലനം ചെയ്യുന്നതിൽ നിന്നാണ് സൃഷ്ടിക്കപ്പെടുന്നത്. ഇത് വളരെ പരിമിതമായി തോന്നുന്നു. ഇത്തരത്തിലുള്ള ലക്ഷ്യങ്ങളും സ്വപ്നങ്ങളും ഈ നിമിഷത്തിൽ നമ്മെ

ഉത്തേജിപ്പിക്കുമെങ്കിലും, അത് സൃഷ്ടിക്കാൻ ശ്രമിക്കുമ്പോൾ, നമുക്ക് ഒരു കുറവ് അനുഭവപ്പെടുന്നു, കൂടാതെ സ്വപ്നത്തെ ജീവസുറ്റതാക്കാൻ നമ്മൾ ആഗ്രഹിക്കുന്നു. വിരോധാഭാസമെന്നു പറയട്ടെ, നിരാശയിൽ നിന്ന് സൃഷ്ടിക്കപ്പെട്ട ഒരു ലക്ഷ്യം നേടിയെടുക്കുമ്പോൾ, അതിനുമുമ്പ് നമ്മൾ അനുഭവിച്ചതിനേക്കാൾ കൂടുതൽ ശൂന്യത അനുഭവപ്പെടും. നമ്മൾ ചെയ്യുന്ന അടുത്ത "യുക്തിപരമായ" കാര്യം, അതിലും വലിയ നിരാശയിൽ നിന്ന് ഇതിലും വലിയ ലക്ഷ്യം സജ്ജീകരിക്കുക എന്നതാണ്.

നമ്മളിൽ ഭൂരിഭാഗവും നമ്മുടെ ലക്ഷ്യങ്ങൾ നിശ്ചയിക്കുന്നതും നമ്മുടെ ജീവിതം എങ്ങനെ ജീവിക്കുന്നു എന്നതും ഈ രീതിയിലാണ്. ഞാൻ ഇത് പറയുന്നത് വിമർശിക്കാനോ വിധിക്കാനോ അല്ല, മറിച്ച് അതിന്റെ യാഥാർത്ഥ്യം വെളിപ്പെടുത്താനാണ്. വേദനാജനകവും മർമ്മഭേദകവുമായ എന്റെ ജീവിതമായിരുന്നു ഇത്ര വിശദമായി ഇതിനെ വിവരിക്കാൻ എനിക്ക് കഴിഞ്ഞതിന്റെ ഒരേയൊരു കാരണം.

ഇവിടെയൊരു ഒരു നല്ല വാർത്തയുണ്ട് : നിങ്ങൾ ഈ രീതിയിൽ നിങ്ങളുടെ ലക്ഷ്യങ്ങൾ തിരഞ്ഞെടുക്കുന്നത് നിങ്ങളുടെ തെറ്റല്ല, പുറത്ത് വരാനുള്ള ഒരു വഴിയാണ്. നിരാശയ്ക്ക് പകരം പ്രചോദനത്തിൽ നിന്ന് ലക്ഷ്യങ്ങളും സ്വപ്നങ്ങളും സൃഷ്ടിക്കുവാൻ നിങ്ങൾക്ക് കഴിയും.

നാം പ്രചോദനത്തിൽ നിന്നും നിരാശയിൽ നിന്നും ലക്ഷ്യങ്ങൾ സൃഷ്ടിക്കുമ്പോൾ, അത് തികച്ചും വ്യത്യസ്തമായ ഒരു കഥയാണ്. ഈ അവസ്ഥയിൽ, നമ്മൾ സൃഷ്ടിക്കുന്നത് ആഴത്തിലുള്ള ചലനവും പ്രചോദനവും വിശാലതയും അനുഭവപ്പെടുന്നതിനാലാണ്. അത് ഒരു ബാധ്യത എന്നതിലുപരി ഒരു വിളിയായി തോന്നുന്നു. നമ്മുടെ ഉള്ളിൽ നിന്ന് ഒരു ശക്തമായ ജീവശക്തി വരുന്നത് പോലെയാണ്, ഭൗതിക ലോകത്തിലേക്ക് പ്രകടമാകാൻ അത് നമ്മിലൂടെ പ്രകടിപ്പിക്കാൻ ആഗ്രഹിക്കുന്നു. അതുകൊണ്ടാണ് ചിത്രകാരന്മാർ പെയിന്റ് ചെയ്യുന്നത്, നർത്തകർ നൃത്തം ചെയ്യുന്നത്, എഴുത്തുകാർ എഴുതുന്നത്, ഗായകർ പാടുന്നത്, ഒരു പക്ഷേ അവർക്ക് പ്രതിഫലമോ ഉപജീവനമോ ലഭിക്കുന്നില്ലെങ്കിൽത്തന്നെയും. എന്തെങ്കിലും സൃഷ്ടിക്കാൻ ഒരു ശക്തി നമ്മെ വലിച്ചടുപ്പിക്കുന്നതായി തോന്നുന്നു. നമ്മൾ അതിലേക്ക് ആകർഷിക്കപ്പെടുന്നു. അത് ചെയ്യാൻ നമ്മൾ നിർബന്ധിതരാകുന്നു. നമുക്ക് അങ്ങനെ തോന്നുമ്പോൾ, ഇല്ലായ്മയ്ക്ക് പകരം സമൃദ്ധമായ സ്ഥലത്ത് നിന്ന് നമ്മൾ സൃഷ്ടിക്കുന്നു.

ഏറ്റവും കൂടുതൽ ആശ്ചര്യപ്പെടുത്തുന്നത്, ഒരു കാരണവുമില്ലാതെ സൃഷ്ടി നടത്തുന്നു എന്നതാണ്, നമ്മൾ ഇത് ആഗ്രഹിക്കുക മാത്രമാണ് ചെയ്യുന്നത്. നമ്മൾ സൃഷ്ടി നടത്താതിരിക്കുന്നത്, അങ്ങനെ ചെയ്യണമെന്ന് നമുക്ക് തോന്നുന്നതുകൊണ്ടാണ്. നമ്മൾ സൃഷ്ടിക്കുന്നത് നമ്മൾ ആഗ്രഹിക്കുന്നതുകൊണ്ടാണ്, മറ്റ് കാരണങ്ങളൊന്നുമില്ല. നമ്മൾ ഈ ലക്ഷ്യങ്ങൾ സൃഷ്ടിക്കുന്നത് മറ്റെന്തെങ്കിലും ചെയ്യാനോ നമുക്ക് ആവശ്യമുള്ള മറ്റെന്തെങ്കിലും നേടാനുള്ള ഒരു മാർഗ്ഗമായി ഉപയോഗിക്കാനോ അല്ല. ഈ സൃഷ്ടി പൂർണ്ണതയുടെയും സമൃദ്ധിയുടെയും ഒരു സ്ഥലത്ത് നിന്നാണ്. ജീവിതത്തോടുള്ള സ്നേഹവും സന്തോഷവും നിറഞ്ഞതാണ്. നമ്മളിൽ ഭൂരിഭാഗം പേരും കുട്ടികളെ ആഗ്രഹിക്കുന്നതിനും അല്ലെങ്കിൽ ഉണ്ടാക്കുന്നതിനുമുള്ള കാരണം ഇതാണ്. നമ്മുടെ കുട്ടികൾ പ്രായമായിക്കഴിഞ്ഞാൽ അവരുടെ പണംകൊണ്ട് ഒരു റിട്ടയർമെന്റ് പ്ലാൻ ആഗ്രഹിക്കുന്നതല്ല നമ്മുടെ ഉദ്ദേശ്യം. നമ്മൾക്ക് കുട്ടികളുണ്ടാകാൻ നമ്മൾ ആഗ്രഹിക്കുന്നു, കാരണം നമുക്കുള്ളതിന്റെ സമൃദ്ധി അവരുമായി പങ്കിടാൻ നമ്മൾ ആഗ്രഹിക്കുന്നു, മാത്രമല്ല അവയിൽ നിന്ന് എന്തെങ്കിലും നേടാനുള്ള ശ്രമത്തിനെതിരെ നമുക്കുള്ള ഒരുപാട് കാര്യങ്ങൾ പങ്കിടുന്ന സ്ഥലത്തു നിന്നാണ് ഇത് വരുന്നത്.

ആഴത്തിലുള്ള പ്രചോദനത്തിന്റെ ഈ വികാരം വിവരിക്കാൻ അവിശ്വസനീയമാംവിധം ബുദ്ധിമുട്ടാണ്, കാരണം അത് ഈ ലോകത്ത് നിന്ന് വരുന്നതല്ല. അത് യഥാർത്ഥത്തിൽ നമ്മിൽ നിന്നല്ല, നമ്മളിലൂടെ നമ്മേക്കാൾ മഹത്തായ ഒന്നിൽ നിന്നാണ് വരുന്നത്. ഈ വികാരത്തെ ദൈവിക പ്രചോദനം എന്ന് വിളിക്കാൻ ഞാൻ ആഗ്രഹിക്കുന്നു, കാരണം നമ്മൾ സൃഷ്ടിക്കാൻ ആഗ്രഹിക്കുന്നതിനെക്കുറിച്ചുള്ള ആശയങ്ങളും ദർശനവും നമുക്ക് സങ്കൽപ്പിക്കാൻ കഴിയുന്നതിനേക്കാളും വളരെ വലുതാണെന്ന് തോന്നുന്നു. ദൈവിക പ്രചോദനം നമ്മിൽ നിന്നല്ല, മറിച്ച് അതിലും മഹത്തായ ഒന്നിൽ നിന്നു വരുന്നതാണ്, അത് മുൻകാല ഡാറ്റയെയോ നിങ്ങളോ ലോകത്തിലെ മറ്റാരെങ്കിലുമോ ഇതിനകം നേടിയതിനെയോ വിശകലനം ചെയ്യുകയോ ആശ്രയിക്കുകയോ ചെയ്യുന്നില്ല. വളരെക്കാലം മുമ്പ് അസാധ്യമെന്നു തോന്നിയ തകർപ്പൻ സൃഷ്ടികളും കണ്ടുപിടുത്തങ്ങളും സൃഷ്ടിക്കപ്പെടുമ്പോൾ സംഭവിക്കുന്നത് ദൈവിക പ്രചോദനമാണ്. അതിന് അതിരുകളോ പരിമിതികളോ വേലിക്കെട്ടുകളോ എന്നൊന്നും അറിയില്ല. ഇത് അവിശ്വസനീയമാംവിധം വിശാലതയുള്ള ഒരു ശക്തിയാണ്, അത്

നമ്മെ ഊർജ്ജസ്വലമാക്കുകയും ഉയർത്തുകയും ചെയ്യുന്നു, നമ്മൾ ജീവിതത്തിൽ "ഉയർന്നിരിക്കുന്നു" എന്ന് തോന്നിപ്പിക്കുന്നു. ഈ അവസ്ഥയിൽ, നമുക്ക് പൂർണ്ണവും നിരുപാധികവുമായ സ്നേഹവും സന്തോഷവും സമാധാനവും നിറഞ്ഞതായി തോന്നുന്നു. നമ്മൾ ഒന്നും വിശകലനം ചെയ്യുകയോ മൂല്യനിർണ്ണയം നടത്തുകയോ താരതമ്യം ചെയ്യുകയോ വിമർശിക്കുകയോ യുക്തിസഹമാക്കുകയോ ചെയ്യുന്നില്ല, പകരം നമ്മൾ യഥാർത്ഥത്തിൽ ജീവിക്കുകയും സ്നേഹിക്കുകയും പങ്കിടുകയും നൽകുകയും സൃഷ്ടിക്കുകയും വളരുകയും പോഷിപ്പിക്കുകയും ചെയ്യുന്നു. ഇത് ശരിക്കും നമുക്ക് അനുഭവിക്കാൻ കഴിയുന്ന ഏറ്റവും വലിയ വികാരങ്ങളിൽ ഒന്നാണ്, മാത്രമല്ല ഇത് യഥാർത്ഥത്തിൽ ദൈവത്തെ മനുഷ്യരായി അനുഭവിക്കാൻ കഴിയുന്ന ഒരു സമ്മാനമാണ് (അത് നമ്മൾ ഒരേ ഉറവിടത്തിൽ നിന്നുള്ളവരായതുകൊണ്ടാണ്).

ഈ അഗാധമായ വികാരവും ലോകത്തിൽ അത്ഭുതകരമായ എന്തെങ്കിലും സൃഷ്ടിക്കാനുള്ള ആഗ്രഹവും എല്ലാവരും അനുഭവിച്ചിട്ടുണ്ട്, അത് ശുദ്ധമായ പ്രചോദനത്തിൽ നിന്നാണ്, നിരാശയല്ല. അടുത്ത ഖണ്ഡികയിലേക്ക് പോകുന്നതിന് മുമ്പ്, ഈ സിദ്ധാന്തം പരീക്ഷിക്കാൻ ഞാൻ നിങ്ങളെ പ്രോത്സാഹിപ്പിക്കുന്നു. ഇവിടെ താൽക്കാലികമായി നിർത്തുക, നിങ്ങളുടെ ജീവിതത്തിലെ അതിമനോഹരമായ എന്തെങ്കിലും സൃഷ്ടിക്കാൻ നിങ്ങൾക്ക് അതിയായ വികാരവും ആഗ്രഹവും തോന്നിയ സമയങ്ങളെക്കുറിച്ച് ചിന്തിക്കുക, കാരണം നിങ്ങൾ ആഴത്തിൽ പ്രചോദിപ്പിക്കപ്പെടുകയും വിളിക്കപ്പെടുകയും ചെയ്തു. നിങ്ങൾ ഇത് യഥാർത്ഥത്തിൽ സൃഷ്ടിച്ചിട്ടുണ്ടോ ഇല്ലയോ എന്നത് പ്രശ്നമല്ല, എന്നാൽ പ്രചോദനത്തിൽ നിന്ന് സൃഷ്ടിക്കാൻ നിങ്ങൾക്ക് തോന്നിയ ഒരു സമയത്തെക്കുറിച്ച് ചിന്തിക്കുക.

ഇത് ലോകത്തിലെ ഏറ്റവും അത്ഭുതകരമായ വികാരങ്ങളിൽ ഒന്നല്ലേ? നമ്മിൽ മിക്കവർക്കും ഈ ദൈവിക പ്രചോദനം അനുഭവപ്പെടുന്നു, എന്നാൽ അത് ചെയ്യുന്നതിനെക്കുറിച്ച് ചിന്തിക്കാൻ തുടങ്ങുമ്പോൾ തന്നെ അതിനെ അടിച്ചമർത്തുന്നു. നമ്മൾ സ്വയം ചിന്തിച്ചുചിന്തിച്ച് സംശയം ഉണർത്തുന്നു, എന്തുകൊണ്ട് നമ്മൾക്ക് ഇത് ചെയ്യാൻ കഴിയുന്നില്ല എന്ന് സ്വയം വാദിക്കുന്നു, അത് യാഥാർത്ഥ്യത്തിന് നിരക്കാത്തതാണെന്ന് സ്വയം പറയുന്നു, കൂടുതൽ പ്രധാനപ്പെട്ട കാര്യങ്ങളിൽ നമ്മൾ എങ്ങനെ ശ്രദ്ധ കേന്ദ്രീകരിക്കണം, അത് ചെയ്യാൻ ഞങ്ങൾ പര്യാപ്തരല്ല. നാം സൃഷ്ടിക്കാൻ ആഗ്രഹിക്കുന്ന ചിന്തയെക്കുറിച്ച് ചിന്തിക്കാൻ തുടങ്ങുമ്പോൾ തന്നെ, അത് ആ

പ്രചോദനത്തിന്റെ ഉറവിടം പൂർണ്ണമായും അടച്ചുപൂട്ടുകയും നമ്മൾ സാധാരണ ജീവിതത്തിലേക്ക് മടങ്ങുകയും ചെയ്യുന്നു. ആ സ്രോതസ്സ് ഛേദിക്കുമ്പോൾ, സമൃദ്ധി, ആഹ്ലാദം, ആനന്ദം, ശുദ്ധമായ നിരുപാധി കമായ സ്നേഹം എന്നിവയുടെ വികാരങ്ങളും നമ്മൾ മുറിച്ചുമാറ്റി, സംശയം, ഉത്കണ്ഠ, നിരാശ, സങ്കടം തുടങ്ങിയ വികാരങ്ങളിലേക്ക് മടങ്ങുകയും ഒതുങ്ങുകയും കുടുങ്ങിപ്പോകുകയും നമ്മുടെ ജീവിതത്തോട് നിരാശപ്പെടുകയും ചെയ്യുന്നു.

ഒരു സമയത്ത് ഒരു ആഹ്വാനത്തെ മാത്രമേ നമുക്ക് പിന്തുടരാനാകൂ, ഒന്നുകിൽ പ്രചോദനമോ നിരാശയോ. രണ്ടും ഒരേ സമയം ഒരുമിച്ച് ജീവിക്കാൻ കഴിയില്ല, എന്നാൽ എത്രത്തോളം ചിന്തകൾ നടക്കുന്നു എന്നതിനെ ആശ്രയിച്ച് നമുക്ക് രണ്ടിനും ഇടയിൽ ചാഞ്ചാടാം.

നാം ചിന്തിക്കുന്നത് നിർത്തുമ്പോൾ, നമുക്ക് ലക്ഷ്യങ്ങളും സ്വപ്നങ്ങളും ഉണ്ടാകുന്നത് അവസാനിപ്പിക്കുന്നില്ല, യഥാർത്ഥത്തിൽ നാം നമ്മുടെ യഥാർത്ഥ സ്വഭാവത്തിലേക്ക് മടങ്ങുകയും നിരാശയ്ക്കെതിരായ പ്രചോദനത്തിൽ നിന്ന് ലക്ഷ്യങ്ങളും സ്വപ്നങ്ങളും സൃഷ്ടിക്കാൻ തുടങ്ങുകയും ചെയ്യുന്നു. ലോകത്ത് ഇതുവരെ സൃഷ്ടിക്കപ്പെട്ടിട്ടില്ലാത്ത എന്തെങ്കിലും സൃഷ്ടിക്കുന്നതിനുള്ള ദൈവിക പ്രചോദനത്തിലേക്ക് നമ്മെ നയിക്കുന്ന പ്രപഞ്ചത്തിൽ നിന്നുള്ള ചിന്തകൾ നമ്മുടെ മനസ്സിലേക്ക് വരാൻ നമ്മൾ അനുവദിക്കാൻ തുടങ്ങുന്നു. നാം ദൈവിക പ്രചോദനം പിന്തുടരുമ്പോൾ, നമുക്ക് ജീവനും പൂർണ്ണവും സന്തോഷവും സ്നേഹവും സമാധാനവും സംതൃപ്തിയും അനുഭവപ്പെടുന്നു.

ഒരു ലക്ഷ്യമോ സ്വപ്നമോ പ്രചോദനത്തിൽ നിന്നോ നിരാശയിൽ നിന്നോ സൃഷ്ടിക്കപ്പെട്ടത് എന്ന് നമുക്ക് എങ്ങനെ പറയാൻ കഴിയും?

ഒരു ലക്ഷ്യമോ സ്വപ്നമോ പ്രചോദനത്തിൽ നിന്നാണ് സൃഷ്ടിക്കപ്പെട്ടതെന്ന് അറിയാനുള്ള ഒരു ലളിതമായ മാർഗ്ഗം വിചാരങ്ങളും ചിന്തകളും തമ്മിലുള്ള വ്യത്യാസം ഓർമ്മിക്കുക എന്നതാണ്. വിചാരത്തിന്റെ രൂപത്തിൽ വരുന്ന ലക്ഷ്യങ്ങളും സ്വപ്നങ്ങളും പ്രചോദനത്തിൽ നിന്നാണ് സൃഷ്ടിക്കപ്പെടുന്നത്. ചിന്തയിൽ നിന്ന് ഉണ്ടാകുന്ന ലക്ഷ്യങ്ങളും സ്വപ്നങ്ങളും നിരാശയിൽ നിന്ന് സൃഷ്ടിക്കപ്പെടുന്നു.

സാധാരണഗതിയിൽ, നമ്മൾ ചിന്തിക്കുമ്പോൾ, നമ്മുടെ പുതിയ ലക്ഷ്യങ്ങൾ സൃഷ്ടിക്കാൻ നമ്മുടെ ഭൂതകാലത്തെ വിശകലനം ചെയ്യുകയും വിലയിരുത്തുകയും വിമർശിക്കുകയും യുക്തിസഹ

മാക്കുകയും ഉപയോഗിക്കുകയും ചെയ്യും, എന്നാൽ ഈ രീതിയിലുള്ള ലക്ഷ്യങ്ങൾ സൃഷ്ടിക്കുന്നത് അങ്ങേയറ്റം പരിമിതപ്പെടുത്തുന്നതുമാണ്. ഇത്തരത്തിലുള്ള ലക്ഷ്യങ്ങൾ സൃഷ്ടിക്കുമ്പോൾ നമ്മൾക്ക് സാധാരണ സുഖം തോന്നില്ല, നമ്മൾ അവ പിന്തുടരുമ്പോൾ, നമ്മൾക്ക് വലിയ സന്തോഷം തോന്നുന്നില്ല, കാരണം ഇതെല്ലാം നിരാശയിൽ നിന്നാണ്.

രണ്ടും തമ്മിൽ തിരിച്ചറിയാനുള്ള മറ്റൊരു മാർഗ്ഗം നിങ്ങൾക്ക് എങ്ങനെ ഊർജ്ജസ്വലത അനുഭവപ്പെടുന്നുവെന്ന് മനസ്സിലാക്കുക എന്നതാണ്. നിരാശയിൽ നിന്ന് സൃഷ്ടിക്കപ്പെട്ട ലക്ഷ്യങ്ങളും സ്വപ്നങ്ങളും വളരെ ഭാരമേറിയതും വറ്റിപ്പോകുന്നതും ഒതുക്കിനിർത്തുന്നതും ശൂന്യവുമായതായി അനുഭവപ്പെടും. നാം അത് ചെയ്യണം അല്ലെങ്കിൽ നമ്മൾ ബാധ്യസ്ഥരാണ് എന്നതുപോലെ, നമുക്ക് വളരെയധികം ദൗർലഭ്യവും ഭയവും സമ്മർദ്ദവും അനുഭവപ്പെടുന്നു. ഇത്തരത്തിലുള്ള ലക്ഷ്യങ്ങൾ കൊണ്ട്, നമ്മൾ അത് നിറവേറ്റിയില്ലെങ്കിൽ, ഗുരുതരമായ പ്രത്യാഘാതങ്ങൾ ഉണ്ടാകുമെന്ന് തോന്നുന്നു, അതിനാൽ ഉയർന്ന സമ്മർദ്ദത്തോടൊപ്പം മറ്റു പലതും സന്ദിഗ്ദ്ധാവസ്ഥയിലുമാകും (ഇത് എങ്ങനെ നിരാശാജനകമായ വികാരം സൃഷ്ടിക്കുമെന്ന് നിങ്ങൾക്ക് ഇപ്പോൾ കാണാൻ കഴിയുമെന്ന് എനിക്ക് ഉറപ്പുണ്ട്). മാത്രമല്ല, നമ്മുടെ നിലവിലെ സാഹചര്യത്തിൽ നിന്ന് രക്ഷപ്പെടാനും എങ്ങനെയെങ്കിലും പുറത്തുകടക്കാനും നമ്മൾ ഈ ലക്ഷ്യങ്ങൾ നിറവേറ്റാൻ ശ്രമിക്കുന്നതായി നമ്മൾക്ക് തോന്നുന്നു. ഈ അവസ്ഥയിൽ സൃഷ്ടിക്കപ്പെട്ട നമ്മുടെ ലക്ഷ്യങ്ങൾ സാധാരണയായി അർത്ഥമാക്കുന്ന ലക്ഷ്യങ്ങളാണ്, അതായത് ഈ ലക്ഷ്യങ്ങൾ കൈവരിക്കാൻ നമ്മൾ ആഗ്രഹിക്കുന്നു, അതുവഴി നമ്മുടെ ജോലി ഉപേക്ഷിക്കുക എന്ന ലക്ഷ്യം പോലെ മറ്റെന്തെങ്കിലും ചെയ്യാൻ കഴിയും. മിക്കവാറും നിങ്ങൾക്ക് ഈ ലക്ഷ്യം ഉണ്ടായിരിക്കാം, കാരണം നിങ്ങൾ യഥാർത്ഥത്തിൽ ആസ്വദിക്കുന്ന എന്തെങ്കിലും ചെയ്യാൻ നിങ്ങൾ ആഗ്രഹിക്കുന്നു, എന്നാൽ നിങ്ങളുടെ ജോലി ഉപേക്ഷിക്കുക എന്ന ലക്ഷ്യം മറ്റെന്തെങ്കിലും ചെയ്യാൻ പോകുന്നതിനുള്ള ഒരു മാർഗ്ഗം മാത്രമാണെന്ന് നിങ്ങൾക്ക് കാണാൻ കഴിയും. അല്ലെങ്കിൽ നിങ്ങൾക്ക് സാമ്പത്തിക സ്വാതന്ത്ര്യവും ലോകമെമ്പാടും സഞ്ചരിക്കാൻ ആഗ്രഹവുമുണ്ടെന്ന കാരണത്താൽ 1 മില്യൺ ഡോളർ സമ്പാദിക്കുക എന്ന ലക്ഷ്യം സാധാരണയായി സജ്ജീകരിച്ചിരിക്കുന്നു. ഈ ലക്ഷ്യങ്ങൾ എല്ലായ്പ്പോഴും ലക്ഷ്യത്തിലേക്കുള്ള ഒരു ഉപാധിയാണ്, അല്ലാതെ അവസാനമല്ല. ഈ ലക്ഷ്യങ്ങൾ നിറവേറ്റാൻ നമ്മൾ ആഗ്രഹിക്കുന്ന

തിന് എല്ലായ്പ്പോഴും ഒരു കാരണമുണ്ട്, അത് ഉള്ളിൽ വളരെ ശൂന്യമായി തോന്നും.

ഈ ലക്ഷ്യങ്ങളൊന്നും അന്തർലീനമായി മോശമല്ലെന്ന് ഊന്നി പറയാൻ ഞാൻ ആഗ്രഹിക്കുന്നു. പണം ഉണ്ടാക്കുന്നതിനോ ജോലി ഉപേക്ഷിക്കുന്നതിനോ ഉള്ള ലക്ഷ്യങ്ങൾ ഉണ്ടാക്കരുതെന്നും ഞാൻ പറയുന്നില്ല. ആ ലക്ഷ്യങ്ങൾ പ്രചോദനത്തിൽ നിന്നാണ് സൃഷ്ടിക്കപ്പെട്ടതെങ്കിൽ, അത് തികച്ചും വ്യത്യസ്തമാണ്. ഇത് ലക്ഷ്യങ്ങളുടെ ഉറവിടത്തെ മാത്രം ആശ്രയിച്ചിരിക്കുന്നു, ലക്ഷ്യം തന്നെയാകണമെന്നില്ല. ഇത് ഒരു പ്രധാന വേർതിരിവാണ്, അല്ലാത്തപക്ഷം ഇത് നിങ്ങൾക്ക് ശരിയായ ലക്ഷ്യമാണോ അല്ലയോ എന്നതിനെക്കുറിച്ച് ചർച്ച ചെയ്യാനും സമ്മർദ്ദം ചെലുത്താനും നിങ്ങൾ കൂടുതൽ സമയവും ചെലവഴിക്കും. ഒരു ലക്ഷ്യവും ശരിയോ തെറ്റോ അല്ല, ലക്ഷ്യങ്ങൾ ഒന്നുകിൽ പ്രചോദനത്തിൽ നിന്നോ അല്ലെങ്കിൽ നിരാശയിൽ നിന്നോ സൃഷ്ടിക്കപ്പെടുന്നുവെന്ന് മാത്രം. ഇത് നിങ്ങളുടെ ഉള്ളിൽ എങ്ങനെ അനുഭവപ്പെടണം എന്ന ആഗ്രഹത്തെ ആശ്രയിച്ചിരിക്കുന്നു. ഈ രണ്ട് തരത്തിലുള്ള ലക്ഷ്യങ്ങളെക്കുറിച്ചും അവ എങ്ങനെ പ്രകടമാകുന്നുവെന്നും നിങ്ങൾ ബോധവാന്മാരായിരിക്കുമ്പോൾ, നിങ്ങളുടെ ജീവിതത്തിൽ അതിശയകരമായ കാര്യങ്ങൾ സൃഷ്ടിക്കപ്പെടുമ്പോൾ നിങ്ങൾക്ക് ആനന്ദം അനുഭവിക്കാൻ കഴിയും.

മറുവശത്ത്, പ്രചോദനത്തിൽ നിന്ന് സൃഷ്ടിക്കപ്പെട്ട ലക്ഷ്യങ്ങളും സ്വപ്നങ്ങളും (വിചാരങ്ങളിൽ നിന്ന് വരുന്നത്) വളരെ ഭാരം കുറഞ്ഞതും ഊർജ്ജസ്വലവും ഉന്നമനവും വിപുലവുമായി അനുഭവപ്പെടുന്നു. നമ്മളിൽ ആവേശവും, സന്തോഷവും, ഏറ്റവും പ്രധാനപ്പെട്ട കാര്യങ്ങളും, പ്രചോദനവും അനുഭവപ്പെടുന്നു. നമ്മൾ അത് സൃഷ്ടിക്കണമെന്ന് നമ്മൾക്ക് തോന്നുന്നില്ല, പക്ഷേ നമ്മൾ ആഗ്രഹിക്കുന്നു. നിങ്ങൾക്ക് ഇത് ചെയ്യണമെന്ന് തോന്നുന്നതിനു പകരം, നിങ്ങൾക്ക് പ്രചോദനം തോന്നുന്നു. ഈ ലക്ഷ്യം പൂർത്തീകരിക്കുന്നതിലൂടെ നമ്മൾ ഏതെങ്കിലും വിധത്തിൽ പുറത്തുകടക്കാനോ നിലവിലെ അവസ്ഥയിൽ നിന്ന് രക്ഷപ്പെടാനോ ശ്രമിക്കുന്നില്ല എന്നതിനാൽ ഫലത്തിൽ സമ്മർദ്ദമില്ല. ദൗർലഭ്യമോ അടിയന്തിരതയോ ഇല്ല, കാരണം നമ്മൾ ഇല്ലാത്ത സ്ഥലത്ത് നിന്ന് സൃഷ്ടിക്കുന്നതായി നമ്മൾക്ക് തോന്നുന്നില്ല, പകരം സമൃദ്ധമായ സ്ഥലത്ത് നിന്ന് അത് ലോകവുമായി പങ്കിടാൻ ആഗ്രഹിക്കുന്നു. ഇത് പ്രചോദനത്തിൽ നിന്ന് വരുന്നതിനാൽ, അതിൽ നിന്ന് എന്തെങ്കിലും നേടുന്നതിന് നമ്മൾ ഇത് ചെയ്യുന്നില്ല, അതിനാൽ

നമുക്ക് മറ്റെന്തെങ്കിലും ചെയ്യാൻ കഴിയും. ഇത് ഒരു മാർഗ്ഗമായ ലക്ഷ്യമല്ല, മറിച്ച് അതിൽത്തന്നെ ഒരു അവസാനമാണ്. നമുക്ക് അത് സൃഷ്ടിക്കാൻ "കാരണം" ഇല്ല. നമുക്ക് പൂർണ്ണത അനുഭവപ്പെടാൻ വേണ്ടിയല്ല നമ്മൾ സൃഷ്ടിക്കുന്നത്, എന്നാൽ നമുക്ക് പൂർണ്ണത അനുഭവപ്പെടുന്നതിനാലും ആ സ്ഥലത്ത് നിന്ന് ഒന്നും പ്രതീക്ഷിക്കാതെയും നൽകാൻ ആഗ്രഹിക്കുന്നതിനാലാണ് നമ്മൾ സൃഷ്ടിക്കുന്നത്.

ഇവ രണ്ടും തമ്മിലുള്ള വ്യക്തമായ വ്യത്യാസം നിങ്ങൾക്ക് ഇപ്പോൾ കാണാൻ കഴിയുമെന്നും നിങ്ങളുടെ ലക്ഷ്യങ്ങൾ നിലവിൽ ഏത് തരത്തിലാണ് വരുന്നതെന്ന് നിങ്ങൾക്ക് മനസ്സിലാക്കാൻ കഴിയുമെന്നും എനിക്കുറപ്പുണ്ട്. നിങ്ങളുടെ ലക്ഷ്യങ്ങളിൽ ഭൂരിഭാഗവും നിരാശയുടെ വിഭാഗത്തിൽ പെടുകയാണെങ്കിൽ, വിഷമിക്കേണ്ട, കാരണം കൂടുതൽ ആളുകൾക്ക് നിരാശയിൽ നിന്ന് സൃഷ്ടിക്കപ്പെട്ട ലക്ഷ്യങ്ങളുണ്ട്, അതിൽ ഞാനും ഉൾപ്പെടുന്നു, മികച്ച ഒരു മാർഗ്ഗം ഞാൻ അറിയുന്നതിന് മുമ്പ്.

അങ്ങനെയെങ്കിൽ, നിരാശയ്ക്കെതിരായ പ്രചോദനത്തിൽ നിന്ന് നമുക്ക് എങ്ങനെ ലക്ഷ്യങ്ങളും സ്വപ്നങ്ങളും സൃഷ്ടിക്കാനാകും?

ദൈവിക പ്രചോദനത്തിൽ നിന്ന് ലക്ഷ്യങ്ങളും സ്വപ്നങ്ങളും സൃഷ്ടിക്കുന്നത് നിങ്ങൾ ചെയ്യാൻ ശ്രമിക്കേണ്ട ഒന്നല്ല. നമുക്ക് സ്വാഭാവികമായും അനന്തമായ പ്രചോദനത്തെക്കുറിച്ചുള്ള ചിന്തകൾ എപ്പോഴും ഉണ്ടാകും. നിങ്ങൾ കുട്ടികളെ നോക്കുകയാണെങ്കിൽ, സ്വാഭാവികമായും അവർ എന്താണ് ചെയ്യാൻ ആഗ്രഹിക്കുന്നത് എന്നതിനെക്കുറിച്ചുള്ള വന്യമായ സ്വപ്നങ്ങളും ഭാവനകളും അവർക്കുണ്ടാകും. മിക്കപ്പോഴും അവർക്ക് എന്തെങ്കിലും ചെയ്യാൻ കഴിയില്ലെന്ന് അവരുടെ മനസ്സിൽ പോലും രേഖപ്പെടുത്തുന്നില്ല. നമ്മളും കുട്ടികളും തമ്മിലുള്ള ഒരേയൊരു വ്യത്യാസം, നമ്മുടെ സ്വപ്നങ്ങളും പ്രതീക്ഷകളും ലക്ഷ്യങ്ങളും ഉൾക്കൊള്ളുന്ന പ്രചോദനത്തിന്റെ ഈ ചിന്തകളെല്ലാം അടച്ചുപൂട്ടാൻ നമ്മൾ പഠിച്ചു എന്നതാണ്. നമ്മൾ സൃഷ്ടിക്കാൻ ആഗ്രഹിക്കുന്നതിനെക്കുറിച്ചുള്ള ചിന്തകളേക്കാൾ, എന്തുകൊണ്ട് നമുക്ക് അതിന് കഴിയുന്നില്ല എന്ന ചിന്തകളാൽ നമ്മുടെ മനസ്സ് നിറയുന്നു.

നമ്മിലൂടെ കടന്നുവരുന്ന പ്രചോദനത്തിന്റെ അനന്തമായ ഒഴുക്ക് നമുക്ക് ജന്മസിദ്ധമായി ഉണ്ട്, എന്നാൽ നമ്മുടെ ചിന്തകളെക്കുറിച്ച് ചിന്തിക്കാൻ തുടങ്ങുമ്പോൾ തന്നെ ആ പ്രവാഹത്തെ നമ്മൾ തടയുന്നു, അത് സ്വയം സംശയത്തിനും സ്വയം അട്ടിമറിക്കും ഉത്കണ്ഠയ്ക്കും കാരണമാകുന്നു. ഒരു നദി പോലെ സൃഷ്ടിക്കാനുള്ള

പ്രചോദനത്തിന്റെ ഒഴുക്കിനെക്കുറിച്ച് ചിന്തിക്കുക. ഒരു അണക്കെട്ട് പോലെ മനുഷ്യൻ അതിനെ തടയാൻ എന്തെങ്കിലും ഇടുന്നത് വരെ നദി എപ്പോഴും ഒഴുകുന്നു.

പിന്നീട് അണക്കെട്ട് കെട്ടിയുണ്ടാക്കി കഴിയുമ്പോൾ, എന്തുകൊണ്ടാണ് ഇത്രയധികം മത്സ്യങ്ങൾ ചത്തൊടുങ്ങുന്നത്, മൃഗങ്ങൾ അപ്രത്യക്ഷമാകുന്നത്, കാടുകൾ കുറയുന്നത്, എന്നും നമ്മൾ ചോദിക്കുന്നു. നദിയെ അതിന്റെ സ്വാഭാവിക അവസ്ഥയിലേക്ക് തിരികെ കൊണ്ടുവരിക എന്നാൽ എല്ലാം നൈസർഗ്ഗികമായി, പ്രകൃതി ആഗ്രഹിക്കുന്ന വിധം പ്രവർത്തിക്കുകയും ചെയ്യുന്നു.

നമ്മുടെ മനസ്സും നമ്മുടെ ലക്ഷ്യങ്ങളും ഇങ്ങനെതന്നെയാണ്. നമ്മൾ എപ്പോഴും സ്വപ്നം കാണും, വലിയ ലക്ഷ്യങ്ങളുമുണ്ട്, ചിന്തയിൽ നിന്ന് മുക്തമായ നമ്മുടെ ആന്തരിക ജ്ഞാനത്തിലേക്കും ആന്തരിക ബുദ്ധിയിലേക്കും നമ്മെ സ്വാധീനിക്കുമ്പോൾ എല്ലായ്പ്പോഴും എന്തുചെയ്യണമെന്ന് നമ്മൾക്കറിയാം. നമ്മൾ നമ്മുടെ ചിന്തകളെ കുറിച്ച് ചിന്തിക്കുന്നില്ലെങ്കിൽ, സ്വപ്നങ്ങൾ, ലക്ഷ്യങ്ങൾ, ആഗ്രഹങ്ങൾ എന്നിവയെക്കുറിച്ചുള്ള ഏതെങ്കിലും തരത്തിലുള്ള ചിന്തകൾ സ്വാഭാവികമായി ഉണ്ടാകുന്നത് ദൈവികമാണ്, അങ്ങനെയാണ് നിങ്ങൾ നിരാശയ്ക്കെതിരായ പ്രചോദനത്തിൽ നിന്ന് ലക്ഷ്യങ്ങൾ "സൃഷ്ടിക്കുന്നത്".

ചിന്തകൾ പരിഹരിക്കാനും എനിക്ക് സൃഷ്ടിക്കാൻ കഴിയുന്ന സാധ്യതകളുടെ പരിധിയില്ലാത്ത കിണറ്റിലേക്ക് പ്രവേശിക്കാനും എന്നെ വളരെയധികം സഹായിക്കുന്ന ഒരു ചോദ്യം ഇതാണ് :

"എനിക്ക് അനന്തമായ പണമുണ്ടായിരുന്നെങ്കിൽ, ഞാൻ ലോകം ചുറ്റിനടന്നിരുന്നുവെങ്കിൽ, എനിക്ക് ഭയമില്ലായിരുന്നുവെങ്കിൽ, കൂടാതെ ഞാൻ ചെയ്യുന്ന കാര്യങ്ങൾക്ക് ഒരു അംഗീകാരവും ലഭിച്ചില്ലായിരുന്നുവെങ്കിൽ, ഞാൻ എന്തുചെയ്യുമായിരുന്നു അല്ലെങ്കിൽ ഞാൻ എന്ത് സൃഷ്ടിക്കുമായിരുന്നു?"

നമ്മൾ ചോദ്യങ്ങൾ ചോദിക്കുമ്പോഴെല്ലാം ഉത്തരം ഉണ്ടാകാറുണ്ട്. നമ്മുടെ മസ്തിഷ്കത്തിന് ഒരു ചോദ്യം കേൾക്കാനും ഉത്തരം നൽകാതിരിക്കാനും കഴിയില്ല. അതിനാൽ, നിങ്ങൾ സ്വയം ഈ ചോദ്യം ചോദിക്കുമ്പോൾ, സ്വമേധയാ ഉള്ള ചിന്തകളില്ലാതെ നിങ്ങൾക്കായി വരുന്നതെന്തും ദൈവികവും നിരാശയ്ക്ക് പകരം പ്രചോദനവും ആയിരിക്കും.

ചോദ്യം ചോദിക്കുന്ന രീതി വളരെ പ്രധാനമാണ്, കാരണം നിങ്ങൾ എന്തെങ്കിലും ചെയ്യാൻ ആഗ്രഹിക്കുന്നു എന്നതിന്റെ മിക്ക

ചിന്തകളും ഭയം, വിമർശനം, ബാഹ്യ കാരണങ്ങൾ എന്നിവ നീക്കം ചെയ്യുന്നു, അതിനാൽ ഇത് നിങ്ങൾ യഥാർത്ഥത്തിൽ സൃഷ്ടിക്കാൻ ആഗ്രഹിക്കുന്ന കാര്യങ്ങളിൽ നിങ്ങളുടെ ഉത്തരം കേന്ദ്രീകരിക്കുന്നു (സാധാരണയായി ഇത് എന്തെങ്കിലും കാരണങ്ങളാലല്ല. നിങ്ങൾ അത് സൃഷ്ടിക്കാൻ ആഗ്രഹിക്കുന്നു എന്നതിലുപരി, അത് രസകരമാണ് എന്നതിനാൽ), ഭൗതിക ലോകത്ത് നിന്നുള്ള സ്വാധീനങ്ങളൊന്നുമില്ലാതെ.

ഈ ചോദ്യം ചോദിക്കാനും നിങ്ങൾക്കായി എന്താണ് വരുന്നതെന്ന് കാണാനും ശ്രമിക്കുക! പ്രതലത്തിൽ വരുന്ന ഉത്തരത്തിൽ നിങ്ങൾ ആശ്ചര്യപ്പെട്ടും, എന്നാൽ നിങ്ങളുടെ യഥാർത്ഥ സ്വപ്നങ്ങൾ നിങ്ങൾക്ക് വെളിപ്പെടുത്താൻ തുടങ്ങുമ്പോൾ നിങ്ങളുടെ ചിന്തയിൽ കുടുങ്ങിപ്പോകരുത്.

ചിന്തയുടെ പരിധിയില്ലാത്ത മനസ്സിന്, എന്തും സാധ്യമാണ്.

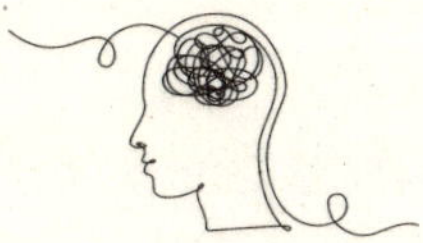

10

നിരുപാധികമായ സ്നേഹവും സൃഷ്ടിയും

“

മനുഷ്യരാശിക്ക് നേടിയെടുക്കാൻ കഴിയുന്ന ഏറ്റവും വലിയ ശക്തി നിരുപാധികമായ സ്നേഹത്തിന്റെ ശക്തിയാണ്. പരിമിതികളോ വ്യവസ്ഥകളോ അതിരുകളോ ഇല്ലാതെ ആളുകൾ സ്നേഹിക്കുമ്പോഴാണ് ഇതുണ്ടാകുന്നത്.

”

ടോണി ഗ്രീൻ

നിരുപാധികമായ സ്നേഹം

നിരുപാധികമായ പ്രണയത്തെക്കുറിച്ച് ഞാൻ മനസ്സിലാക്കിയത് എന്റെ അസാധാരണ കൂട്ടാളി മക്കെന്നയിൽ നിന്നാണ്. എന്റെ ജീവിതത്തിന്റെ ഭൂരിഭാഗവും ഞാൻ എപ്പോഴും എല്ലാം ചോദ്യം ചെയ്തു. കാര്യങ്ങൾ അങ്ങനെയായിരുന്നതിന് പിന്നിലെ കാരണം എനിക്കറിയണമായിരുന്നു, അല്ലെങ്കിൽ, ഞാൻ ഭ്രാന്തനാകും. എല്ലാത്തിനും പിന്നിലെ അർത്ഥവും യുക്തിയും അറിയാതെ എനിക്ക് ജീവിതം അനുഭവിക്കാൻ കഴിഞ്ഞില്ല.

സ്വാഭാവികമായും, ആ സമയത്ത് ഒരു വർഷത്തോളം അവളുമായി ഡേറ്റിംഗിന് ശേഷം, എന്തുകൊണ്ടാണ് അവൾ എന്നെ സ്നേഹിക്കുന്നതെന്ന് ഞാൻ മക്കെന്നയോട് ചോദിച്ചു. അതെന്തു കൊണ്ടാണെന്ന് തനിക്കറിയില്ല, അവൾ നിഷ്കളങ്കമായി മറുപടി നൽകി. പിന്നെ എന്തിനാണ് ഞാൻ അവളെ സ്നേഹിക്കുന്നതെന്ന് അവൾ എന്നോട് ചോദിച്ചു, അതിനുള്ള ഡസൻ കണക്കിന് വ്യത്യസ്ത കാരണങ്ങൾ ഞാൻ നിരത്തി. അവളുടെ മനോഹരമായ പുഞ്ചിരി മുതൽ അവളുടെ ഓമനത്തമുള്ള ചിരി വരെ, അവളുടെ ഹൃദയം എത്ര ശുദ്ധമാണ്, അവൾ അവളുടെ കുടുംബത്തെ എത്രമാത്രം സ്നേഹിക്കുന്നു, അവൾ എത്ര ബുദ്ധിമതിയാണ്, ഈ പട്ടിക ഏതാണ്ട് അനന്തമായി നീളുന്നു.

ഞങ്ങൾ ഇപ്പോൾ 6 വർഷമായി ഡേറ്റിംഗിലാണ്, ഞാൻ ആദ്യമായി ചോദിച്ചതിന് ശേഷം കുറച്ച് മാസങ്ങൾ കൂടുമ്പോൾ, എന്തുകൊണ്ടാണ് അവൾ എന്നെ സ്നേഹിക്കുന്നതെന്ന് ഞാൻ അവളോട് ചോദിക്കും, ഇതുവരെ, അവൾ ഇപ്പോഴും അത് തന്നെ പറയുന്നു, "എനിക്കറിയില്ല, ഒന്നുമാത്രം അറിയാം, ഞാൻ ഞാൻ നിന്നെ സ്നേഹിക്കുന്നു – ഒരുപാട്."

അവൾ എന്നെ സ്നേഹിക്കുന്നത് എന്തുകൊണ്ടാണെന്ന് എനിക്ക് മനസ്സിലാകാത്തതിനാൽ എന്നെയിത് കുറേസമയം വിഷമിപ്പിച്ചു. ഞാൻ അവളെ സ്നേഹിച്ചതിന്റെ 50 കാരണങ്ങൾ എനിക്ക് പട്ടികപ്പെടുത്താമായിരുന്നു, പക്ഷേ അവൾക്ക് ചിലത്

പട്ടികപ്പെടുത്താൻ കഴിഞ്ഞില്ല. വർഷങ്ങളിലുടനീളം, ഞാൻ അവളെ വളരെയധികം സ്നേഹിച്ചു, അവൾക്കറിഞ്ഞുകൂടാ എന്നത് ഞാൻ കാര്യമാക്കിയില്ല. എന്നെത്തന്നെ സഹായിക്കാൻ കഴിയാത്തതിനാൽ ഞാൻ അത് അംഗീകരിക്കുകയും എന്തായാലും അവളെ സ്നേഹിക്കുകയും ചെയ്തു.

എന്തുകൊണ്ടാണ് അവൾ എന്നെ സ്നേഹിക്കുന്നത് എന്നതിന്റെ കാരണം ചിന്തിക്കാൻ കഴിയാത്തത് എന്തുകൊണ്ടാണെന്ന് എനിക്ക് മനസ്സിലായത് കുറച്ച് മാസങ്ങൾക്ക് മുമ്പായിരുന്നു. ഞാൻ മക്കെന്നയെ സ്നേഹിച്ചതിന്റെ കാരണങ്ങൾ ഞാൻ ചോദ്യം ചെയ്യാൻ തുടങ്ങി. അപ്പോൾ എന്റെ ജീവിതത്തെ എന്നെന്നേക്കുമായി മാറ്റിമറിച്ച ഒരു വെളിപാട് എനിക്കുണ്ടായി.

ഞാൻ എന്നോട് തന്നെ ചോദിച്ചു, ഞാൻ അവളെ സ്നേഹിച്ചത് അവളുടെ ചിരി കൊണ്ടാണോ അതോ മറ്റുള്ളവരെ സഹായിക്കാൻ അവൾ ഇഷ്ടപ്പെടുന്നത് കൊണ്ടാണോ? അവൾ ഒരു ദിവസം ചിരിച്ചില്ലെങ്കിൽ അല്ലെങ്കിൽ ആ ദിവസം ആരെയെങ്കിലും സഹായിച്ചില്ലെങ്കിൽ എന്ത് സംഭവിക്കും? ഞാൻ അവളെ സ്നേഹിക്കാൻ കാരണമായി ഞാൻ പറഞ്ഞ കാര്യങ്ങൾ അവൾ ചെയ്തില്ലെങ്കിൽ ഞാൻ അവളെ സ്നേഹിക്കുന്നത് നിർത്തുമോ? ഞാൻ അവളെ എന്തിന് സ്നേഹിക്കുന്നു എന്നതിന് കാരണങ്ങൾ ഉണ്ടാക്കിയാൽ, അത് അവളോടുള്ള എന്റെ സ്നേഹത്തെ ആ പ്രത്യേക സ്വഭാവങ്ങളിലേക്കോ പ്രവൃത്തികളിലേക്കോ സോപാധികമാക്കുമെന്നും അവൾ അത് ചെയ്തില്ലെങ്കിൽ ഞാൻ അവളെ സ്നേഹിക്കില്ലെന്നും ഞാൻ മനസ്സിലാക്കി. ഇത് തീർച്ചയായും ശരിയല്ല.

ആ നിമിഷം, എന്നോടുള്ള അവളുടെ സ്നേഹം നിരുപാധികമായതിനാൽ അവൾ എന്നെ സ്നേഹിച്ചതിന്റെ കാരണങ്ങൾ പട്ടികപ്പെടുത്താൻ മക്കെന്നയ്ക്ക് കഴിഞ്ഞില്ല എന്ന വിസ്മയിപ്പിക്കുന്ന ഉൾക്കാഴ്ച എനിക്കുണ്ടായിരുന്നു. എന്തുകൊണ്ടാണ് അവൾ എന്നെ സ്നേഹിച്ചത് എന്നതിന് കാരണങ്ങളൊന്നുമില്ല, കാരണം അവൾക്ക് കാരണങ്ങളുണ്ടെങ്കിൽ, ഞാൻ ആ സ്വഭാവവിശേഷങ്ങൾ പ്രകടിപ്പിക്കുകയോ അവളുടെ മനസ്സിൽ കരുതിയ കാര്യങ്ങൾ ചെയ്യുകയോ ചെയ്താൽ മാത്രമേ അവൾ എന്നെ സ്നേഹിക്കുന്നുള്ളൂ എന്നാണ് അർത്ഥമാക്കുന്നത്.

എന്നോടുള്ള അവളുടെ സ്നേഹം എന്റെ മാനസികാവസ്ഥയെയോ ഞാൻ ചെയ്തതിനെയോ അടിസ്ഥാനമാക്കിയുള്ളതല്ല, എന്നോടുള്ള

അവളുടെ സ്നേഹം എല്ലാ "കാരണങ്ങൾക്കും" അതീതമാണ്, അത് പരസ്പര ബന്ധത്തിൽ നിന്ന് വരുന്നതല്ല. ഞാൻ അവളെ സ്നേഹിക്കുന്നതിനാലുമല്ല അവൾ എന്നെ സ്നേഹിക്കുന്നത്, അവൾക്ക് വേണ്ടി എനിക്കെന്തെങ്കിലും ചെയ്യാൻ കഴിയുന്നത് കൊണ്ടല്ല അവൾ എന്നെ സ്നേഹിക്കുന്നത്. അവൾ തന്നിൽത്തന്നെ വളരെയധികം സ്നേഹം അനുഭവിക്കുന്നുണ്ട്, അത് നിരുപാധികമായി അവൾ എനിക്ക് സമ്മാനിക്കുന്ന സ്നേഹത്തിന്റെ സമൃദ്ധിയുടെ ഒരു ഒഴുക്കാണ്.

അതിന്റെ വികാരവും അത് എവിടെ നിന്ന് വരുന്നു എന്നതും വ്യക്തമാക്കാൻ ശ്രമിക്കുന്നത് ഒരുപക്ഷേ എന്റെ ജീവിതത്തിൽ ഞാൻ ചെയ്തിട്ടുള്ളതിൽ വച്ച് ഏറ്റവും ബുദ്ധിമുട്ടുള്ള കാര്യമാണ്, കാരണം വിവരണാതീതമായത് വിവരിക്കാൻ ഞാൻ ശ്രമിക്കുന്നു.

ഈ അനുഭവത്തിൽ നിന്ന്, മക്കെന്നയോടുള്ള എന്റെ സ്നേഹം നിരുപാധികമാക്കാൻ ഞാൻ പഠിച്ചു. ഞാൻ അവളെ എപ്പോൾ സ്നേഹിക്കും എന്നതിന് കാരണങ്ങളോ വ്യവസ്ഥകളോ നൽകാതെ (കാരണം ഞാൻ അങ്ങനെ ചെയ്താൽ, ഞാൻ അവളെ എപ്പോൾ സ്നേഹിക്കരുത് എന്നതിന് സ്ഥിരമായി ഞാൻ നിബന്ധനകൾ വെക്കുന്നു). ഇപ്പോൾ എന്നിൽ ഇത്രയധികം സ്നേഹം ഉണ്ട്, കാരണം ഞാൻ അത് അനുഭവിച്ചറിഞ്ഞിട്ടുണ്ട്, അവിടെ നിരുപാധികമായ സ്നേഹത്തിന്റെ ഒരു പ്രവാഹമുണ്ട്, അവിടെ എനിക്ക് അവളെ സ്നേഹിക്കാതിരിക്കാൻ കഴിയില്ല. ഈ നിരുപാധിക സ്നേഹം ബാഹ്യ കാരണങ്ങളിൽ നിന്നല്ല, മറിച്ച് നാമെല്ലാവരും വന്ന അനന്തമായ ഉറവിടത്തിൽ നിന്നാണ് വരുന്നത്.

നാമെല്ലാവരും ഈ ശുദ്ധവും നിരുപാധികവുമായ സ്നേഹവുമായി ബന്ധപ്പെട്ടിരിക്കുന്നു, അത് ദൈവം, പ്രപഞ്ചം അല്ലെങ്കിൽ നിങ്ങൾ ഉപയോഗിക്കാൻ തിരഞ്ഞെടുക്കുന്ന ഏത് പേരായാലും അതിനാടൊക്കെ. നിരുപാധികമായ ആ സ്നേഹത്തിൽ നിന്ന് നമ്മെ വേർപെടുത്തുകയും ഛേദിക്കുകയും ചെയ്യുന്ന നമ്മുടെ സ്വന്തം ചിന്ത മാത്രമാണ് ഇതിന് തടസ്സമാകുന്നത്.

നിരുപാധികമായ സൃഷ്ടി

നിരുപാധികമായ സൃഷ്ടിയാണ് സൃഷ്ടിയുടെ ഏറ്റവും ശുദ്ധമായ രൂപം. നിരുപാധികമായ സ്നേഹത്തിൽ നിന്ന് എന്തെങ്കിലും സൃഷ്ടിക്കപ്പെടുമ്പോൾ, അവിടെ നിന്നുകൊണ്ട് അതിനെ അഭിനന്ദിക്കാതിരിക്കാൻ നമുക്ക് കഴിയില്ല. നിരുപാധികമായ സൃഷ്ടി

എപ്പോഴും നൂതനവും അതുല്യവും പുതിയതും ആകർഷകവും ധീരവും വ്യത്യസ്തവും വിപ്ലവകരവുമാണ്. വളരെ കുറച്ച് ആളുകൾ മാത്രമാണ് ഈ സ്ഥലത്ത് പ്രവർത്തിക്കുന്നത്, കാരണം നമ്മൾ ചെയ്യുന്നതിനോ ഉണ്ടാക്കുന്നതിനോ നമ്മൾ എപ്പോഴും നിബന്ധനകൾ വെക്കുന്നു.

ഉദാഹരണത്തിന്, കൂടുതൽ പണം സമ്പാദിക്കുക എന്ന ലക്ഷ്യം കൈവരിക്കാൻ നമ്മൾ പ്രവർത്തിക്കുമ്പോഴെല്ലാം, നമ്മൾ പോയി സ്വയം വരുമാനം ഉണ്ടാക്കാൻ ശ്രമിച്ചേക്കാം. ഇത് സോപാധികമായ സൃഷ്ടിയാണ്, കാരണം പണമുണ്ടാകാൻവേണ്ടി മാത്രം ആരും പണം ആഗ്രഹിക്കുന്നില്ല. മിക്ക ആളുകളും മറ്റെന്തെങ്കിലും ആവശ്യത്തിന് പണം ആഗ്രഹിക്കുന്നു അല്ലെങ്കിൽ അവർ ആഗ്രഹിക്കുന്ന മറ്റൊരു കാര്യത്തിനായി അത് ഉപയോഗിക്കാൻ കഴിയും.

ഇത്, സ്വഭാവത്താൽ, അവർ സൃഷ്ടിക്കുന്നതിനെ സോപാധിക മാക്കുന്നു. അതിൽ നിന്ന് മറ്റെന്തെങ്കിലും വേണമെന്നതിനാൽ മാത്രമാണ് അവർ ഇത് സൃഷ്ടിക്കുന്നത്. മറ്റെന്തെങ്കിലും കാര്യത്തിനായി നമ്മൾ എന്തെങ്കിലും സൃഷ്ടിക്കുമ്പോൾ, സാധാരണ യായി സൃഷ്ടിക്കുന്ന പ്രക്രിയ നമ്മൾ ആസ്വദിക്കുന്നില്ല, കാരണം അത് എല്ലായ്പ്പോഴും ഒരു ലക്ഷ്യത്തിലേക്കുള്ള ഒരു ഉപാധിയാണ്, ഒരിക്കലും അതിൽത്തന്നെ അവസാനിക്കുന്നില്ല.

ഇക്കാരണത്താൽ, നമ്മൾ ഓടുന്നതായും തിരക്കുകൂട്ടുന്നതായും തള്ളിവിടുന്നതായും നിരന്തരം സമ്മർദ്ദവും അമിതഭാരവും അനുഭവിക്കുന്നതായും നമുക്ക് എപ്പോഴും തോന്നാറുണ്ട്. നമ്മുടെ ലക്ഷ്യം നേടിയതിന് ശേഷവും, ആ കുറച്ച് നിമിഷങ്ങൾ മാത്രമേ നമ്മൾ അത് ആസ്വദിക്കൂ, തുടർന്ന് നമ്മൾ പിന്തുടരേണ്ട മറ്റൊരു ലക്ഷ്യത്തിലേക്ക് പോകും, കാരണം നമ്മൾ തിരയുന്നത് യഥാർത്ഥത്തിൽ നമുക്ക് ലഭിച്ചിട്ടില്ല.

നമ്മൾ ആത്യന്തികമായി തിരയുന്നത് വികാരങ്ങളെയാണ്. സുരക്ഷിതത്വവും സമാധാനവും ലഭിക്കാൻ നമുക്ക് കൂടുതൽ പണം വേണം. നമ്മുടെ കുടുംബത്തോടൊപ്പം സമയം ചെലവഴിക്കാൻ നമ്മൾ ആഗ്രഹിക്കുന്നു, കാരണം അത് നമുക്ക് വളരെയധികം സ്നേഹവും സന്തോഷവും നൽകുന്നു. നമുക്ക് ഇഷ്ടമുള്ളത് ചെയ്യാൻ നമ്മൾ ആഗ്രഹിക്കുന്നു, കാരണം അത് ഉള്ളിൽ ഒരു സംതൃപ്തി നൽകുന്നു. ഇവയെല്ലാം ആത്യന്തികമായി നമ്മൾ നേടാൻ ശ്രമിക്കുന്ന വികാരങ്ങളാണ്, എന്നാൽ നമ്മൾ ആഗ്രഹിക്കുന്ന ലക്ഷ്യമോ വസ്തുവോ ആ വികാരങ്ങൾ നൽകുമെന്ന് നമ്മൾ ചിന്തിച്ചുകൊണ്ടിരിക്കും. ഈ ആശയം അന്തർലീനമായി തെറ്റാണ്,

കാരണം നമ്മുടെ വികാരങ്ങൾ നമ്മുടെ ഉള്ളിൽ നിന്ന് മാത്രമേ ഉണ്ടാകൂ, ബാഹ്യമായ കാര്യങ്ങളിൽ നിന്നല്ല. വികാരങ്ങൾ സൃഷ്ടിക്കാൻ ബാഹ്യ കാര്യങ്ങൾ നമ്മെ പ്രേരിപ്പിക്കും, പക്ഷേ ആത്യന്തികമായി ആ വികാരങ്ങൾ നമ്മുടെ ഉള്ളിൽ നിന്ന് ഉത്പാദിപ്പിക്കുന്നത് നമ്മളാണ്.

വിരോധാഭാസമായത് (ജീവിതത്തിന്റെ ദ്വൈതതയിലെ എല്ലാം പോലെ), **വ്യവസ്ഥകളോ കാരണങ്ങളോ ഇല്ലാതെ നമ്മൾ എന്തെങ്കിലും സൃഷ്ടിക്കുമ്പോൾ, നമുക്ക് ആവശ്യമുള്ള എല്ലാ നല്ല വികാരങ്ങളും ഉടനടി അനുഭവപ്പെടുന്നു** എന്നതാണ്.

നിരുപാധികമായ സൃഷ്ടി എന്നത് മറ്റൊരു ഉദ്ദേശ്യത്തിനുവേണ്ടിയല്ലാതെ എന്തെങ്കിലും സൃഷ്ടിക്കുന്നു. യഥാർത്ഥത്തിൽ അതിന്റെ കാരണം, അത് സൃഷ്ടിക്കാൻ നമ്മൾ ആഗ്രഹിക്കുന്നതിനാൽ അത് സൃഷ്ടിക്കുന്നു എന്നതാണ്. അത് പണത്തിനോ പ്രശസ്തിക്കോ സ്നേഹത്തിനോ മറ്റെന്തിനെങ്കിലുമോ അല്ല. നമ്മൾ അത് സൃഷ്ടിക്കാൻ ആഗ്രഹിക്കുന്നത് കൊണ്ടാണ് അത് സൃഷ്ടിക്കുന്നത്. ഇത് സമൃദ്ധിയിൽ നിന്നുള്ള സൃഷ്ടിയാണ്. ഈ അവസ്ഥയിൽ നിന്ന് നമ്മൾ സൃഷ്ടിക്കുമ്പോൾ, നമുക്ക് ഇതിനകം തന്നെ ഉള്ളിൽ പൂർണ്ണത അനുഭവപ്പെടുന്നു, മാത്രമല്ല നമ്മൾ അനുഭവിക്കാൻ ആഗ്രഹിക്കുന്ന എല്ലാ സ്നേഹവും ഈ നിമിഷത്തിൽ നമുക്ക് അനുഭവപ്പെടുന്നു.

ചിന്തിക്കാത്ത അവസ്ഥയിലാണെങ്കിൽ മാത്രമേ നമുക്ക് നിരുപാധികമായ സൃഷ്ടിയെ പിന്തുടരാൻ കഴിയൂ. നമ്മൾ ആഗ്രഹിക്കുന്നതുകൊണ്ട് മാത്രം എന്തെങ്കിലും ചെയ്യുന്നത് അർത്ഥശൂന്യമാണെന്ന് നമ്മുടെ മസ്തിഷ്കം നമ്മെ ചിന്തിപ്പിക്കും, പക്ഷേ അതാണ് രഹസ്യം. മറ്റൊരു കാരണവുമില്ലാതെ നമ്മൾ കാര്യങ്ങൾ ചെയ്താലുടൻ, നിരുപാധികമായി നമ്മുടെ ജീവിതം നയിക്കാനുള്ള മണ്ഡലത്തിലേക്ക് നാം ചുവടുവെക്കുന്നു. അപ്പോൾ നാം പ്രപഞ്ചത്തിലേക്കുള്ള/ദൈവത്തിലേക്കുള്ള ഒഴുക്ക്, ഏകത്വം, നേരിട്ടുള്ള ബന്ധം എന്നിവ അനുഭവിക്കുവാൻ തുടങ്ങുന്നു.

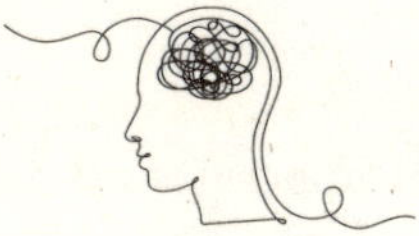

11

വർത്തമാനകാലത്ത് സമാധാനം, സന്തോഷം, സ്നേഹം, സംതൃപ്തി ഇവ അനുഭവിച്ചതിന് ശേഷം അടുത്തത് നിങ്ങൾ എന്തുചെയ്യും?

“

ചിന്തിക്കേണ്ട. അത് കാര്യങ്ങൾ സങ്കീർണ്ണമാക്കുന്നു.
അനുഭവിച്ചാൽ മതി, അത് വീടുപോലെ തോന്നുന്നുവെങ്കിൽ
അതിന്റെ പാത പിന്തുടരുക.

”

ആർ എം ഡ്രേക്ക്

നിങ്ങൾ പുസ്തകത്തിലെ തത്വങ്ങൾ പ്രയോഗിക്കുകയാണെങ്കിൽ, ചിന്താശൂന്യതയിലൂടെ നിങ്ങൾക്ക് സമാധാനം കണ്ടെത്താനാകും. ഇല്ലെങ്കിൽ, നമ്മുടെ എല്ലാ നിഷേധാത്മക വികാരങ്ങളും നമ്മുടെ ചിന്തയിൽ നിന്നാണ് വരുന്നതെന്ന് ഓർക്കാൻ ഞാൻ നിങ്ങളെ വളരെയധികം പ്രോത്സാഹിപ്പിക്കുന്നു. നിങ്ങൾ ചെയ്യേണ്ടത് ആ വസ്തുതയെക്കുറിച്ച് ബോധവാന്മാരാകുക എന്നതാണ്, അത് അഴുക്കുവെള്ളത്തിൽ മാലിന്യങ്ങൾ അടിഞ്ഞുകൂടുന്നതുപോലെ ചിന്തയെ സ്ഥിരപ്പെടുത്തും. ഇത് നിങ്ങളുടെ ചിന്ത മാത്രമാണെന്നും ഭയപ്പെടേണ്ട കാര്യമില്ലെന്നും ഒരിക്കൽ നിങ്ങൾ കണ്ടാൽ, വർത്തമാനകാലത്ത് നിങ്ങളുടെ ജീവിതത്തിൽ യഥാർത്ഥ സമാധാനം നിങ്ങൾക്ക് അനുഭവപ്പെടും.

നിങ്ങൾക്ക് സമാധാനം അനുഭവിക്കാൻ കഴിഞ്ഞാൽ, അടുത്തതായി എന്തുചെയ്യണമെന്ന് നിങ്ങൾക്ക് ഉറപ്പില്ലായിരിക്കാം. ഈ സമയത്ത്, നിങ്ങൾക്ക് ആധി, ഉത്കണ്ഠ, സംശയം എന്നിവ അനുഭവപ്പെടാം. ഞാനുൾപ്പെടെ എന്റെ ഇടപാടുകാരിൽ പലരും, ലോകത്ത് എന്തെങ്കിലും ചെയ്യാനുള്ള തങ്ങളുടെ തീക്ഷ്ണതയും പ്രേരണയും നഷ്ടപ്പെട്ടോ എന്ന് ചിന്തിക്കാൻ തുടങ്ങി. **വിഷമിക്കേണ്ട, ഇതെല്ലാം സാധാരണവും ഉണർവ് പ്രക്രിയയുടെ ഭാഗവുമാണ്.**

നിങ്ങളുടെ ജീവിതത്തെ നിയന്ത്രിക്കുന്നതിൽ നിന്ന് നിഷേധാത്മക ചിന്തയെ തടയുകയും ചിന്തിക്കാതിരിക്കുകയും ചെയ്യുക എന്ന ഏറ്റവും കഠിനമായ ഭാഗമാണ് നിങ്ങൾ ഇതിനകം പഠിച്ചത്.

സമാധാനം അനുഭവിച്ചതിന് ശേഷം നമുക്ക് ആധിയും ഉത്കണ്ഠയും സംശയവും തോന്നുന്നതിന്റെ കാരണം, ലോകത്ത് നമുക്ക് അറിയാമെന്ന് നമ്മൾ കരുതിയതെല്ലാം വെറുതെ കൈവിട്ടതാണ്. യഥാർത്ഥത്തിൽ സംഭവിച്ചത് വ്യക്തിപരമായ അഹംഭാവത്തിന്റെ മരണമാണ്. ഒരു സ്വാഭാവിക പരിണിതഫലം, ഒരിക്കൽ വ്യക്തിപരമായ അഹംഭാവം ഭീഷണിപ്പെടുത്തിയാൽ, നിങ്ങളുടെ ജീവിതത്തിന്മേൽ വീണ്ടും നിയന്ത്രണം വീണ്ടെടുക്കാൻ അത് സാധ്യമായതെല്ലാം ചെയ്യും.

അഹം എന്നത് നമുക്ക് എന്നെന്നേക്കുമായി ഇല്ലാതാക്കാൻ

കഴിയാത്ത ഒന്നാണ്, അതുകൊണ്ട് നിങ്ങൾ സമാധാനം അനുഭവിച്ചതിന് ശേഷവും, സംശയം, ആധി, ഉത്കണ്ഠ എന്നിവയുടെ വികാരങ്ങൾ ഉയർന്നുവന്നേക്കാം. ഈ നിമിഷത്തിലാണ് നിങ്ങളുടെ സിംഹാസനം വീണ്ടെടുക്കാനുള്ള അഹം (ചിന്ത) വീണ്ടും വരുന്നത്. എന്നാൽ വിഷമിക്കേണ്ട, കാരണം നിങ്ങളുടെ ചിന്തയാണ് നിങ്ങളുടെ നിഷേധാത്മക വികാരങ്ങളുടെ ഏക കാരണം എന്ന് ഓർത്തുകൊണ്ട് നിങ്ങളുടെ അഹംഭാവം (നിങ്ങളുടെ ചിന്ത) എങ്ങനെ വേഗത്തിൽ ഇല്ലാതാക്കാമെന്ന് നിങ്ങൾ ഇതിനകം പഠിച്ചുകഴിഞ്ഞു. നിങ്ങളുടെ ചിന്തകൾ നിങ്ങളുടെ മനസ്സിൽ പ്രവേശിക്കുന്നത് തടയാൻ ശ്രമിക്കരുത്, മറിച്ച് നിങ്ങളുടെ ചിന്ത മാത്രമാണ് നെഗറ്റീവ് വികാരങ്ങൾക്ക് കാരണമാകുന്നതെന്ന് ഓർമ്മിക്കാൻ എടുക്കുന്ന സമയം കുറയ്ക്കുക എന്നതാണ് കാര്യം. ചിന്ത സംഭവിക്കുന്നത് തടയുക അസാധ്യമാണ്, കാരണം അത് നമ്മിൽ ആഴത്തിൽ വേരൂന്നിയതാണ്.

ഉദാഹരണത്തിന്, നമ്മൾ നടന്നുപോകുന്ന വഴിയിൽ ഒരു വിഷമുള്ള പാമ്പിനെ ചവിട്ടാൻ പോകുന്നുവെന്ന് പെട്ടെന്ന് കാണുമ്പോൾ, നമ്മുടെ മനുഷ്യപ്രകൃതിയിൽ നാം പരിഭ്രാന്തരാകും. എന്നാൽ അത് കേവലം ഒരു കയർ മാത്രമാണെന്ന് നിങ്ങൾ മനസ്സിലാക്കുമ്പോൾ, നിങ്ങളുടെ ചിന്തയാണ് നിങ്ങളെ ഭയപ്പെടുത്തുന്നതിന് കാരണമായതെന്ന് മനസ്സിലാക്കിക്കൊണ്ട് നിങ്ങൾ മിഥ്യാധാരണയിലൂടെ കാണുകയും മനോഹരമായ പാതയിലൂടെ നിങ്ങളുടെ സമാധാനപരമായ നടത്തം പുനരാരംഭിക്കുകയും ചെയ്യുന്നു. ആ പ്രാരംഭ പ്രതികരണം തടയാൻ നമുക്ക് കഴിയില്ല, പക്ഷേ നമുക്ക് എല്ലായ്പ്പോഴും സത്യം ഓർമ്മിക്കുകയും സമാധാനത്തിന്റെ സ്വാഭാവിക അവസ്ഥയിലേക്ക് മടങ്ങുകയും ചെയ്യാം – അതാണ് പ്രധാനം.

സമാധാനം അനുഭവിച്ചതിനു ശേഷം നമുക്ക് ആധിയും ഉത്കണ്ഠയും സംശയവും തോന്നാനുള്ള മറ്റൊരു കാരണം, നമ്മൾ എപ്പോഴും ചിന്തിച്ചുകൊണ്ടിരിക്കുമ്പോൾ നമ്മൾ വലിയ അളവിൽ ഊർജ്ജം ഉപയോഗിച്ചിരുന്നു എന്നതാണ്. ഭൂരിഭാഗം ആളുകളും അവരുടെ ദിവസത്തിന്റെ ഭൂരിഭാഗവും സമ്മർദ്ദത്തിന്റെ (ചിന്ത) അവസ്ഥയിലാണ് ചെലവഴിക്കുന്നത്, അത് വളരെയധികം ഊർജ്ജം ചെലവഴിക്കുന്നു. നമ്മൾ ചിന്തിക്കുന്നത് നിർത്തുമ്പോൾ, ചിന്തിക്കാൻ ഉപയോഗിച്ചിരുന്ന ഈ ഊർജ്ജം ഇപ്പോൾ "സ്വതന്ത്രമായി" മാറിയിരിക്കുന്നു, പക്ഷേ അത് ഇതുവരെ മറ്റെവിടേക്കും നിർദ്ദേശിച്ചിട്ടില്ല, അതിനാൽ എന്താണ്

സംഭവിക്കുന്നത്, ആ ഊർജ്ജത്തെ ചിന്തയിലേക്ക് തിരികെ കൊണ്ടുവരുന്നതിനുള്ള നമ്മുടെ പഴയ രീതികളിലേക്ക് നമ്മൾ മടങ്ങുകയാണ്, കാരണം നമ്മുടെ കണ്ടീഷനിംഗ് അങ്ങനെയായിരുന്നു. ഈ സാഹചര്യത്തിൽ നമുക്ക് ചെയ്യാൻ കഴിയുന്നത്, പുതുതായി കണ്ടെത്തിയ ഊർജ്ജത്തെ നമ്മുടെ പ്രചോദന ലക്ഷ്യങ്ങളിലേക്ക് എത്തിക്കുക എന്നതാണ്. ഈ ഊർജ്ജം അമിത ചിന്തയിലേക്ക് മടങ്ങുന്നത് തടയുന്നതിനുള്ള പ്രതിവിധിയും ഇടപെടലും ഇതാണ്.

ഇത് പ്രവർത്തിക്കുന്നതിന്, പ്രചോദനത്തിൽ നിന്ന് (നിരാശയ്ക്കെതിരെ) നിങ്ങളുടെ ലക്ഷ്യങ്ങൾ സൃഷ്ടിക്കാൻ നിങ്ങൾ കുറച്ച് സമയം ചെലവഴിച്ചുവെന്ന് ഉറപ്പാക്കുക. ഈ പ്രതിഭാസം നിങ്ങൾ അനുഭവിച്ചുകഴിഞ്ഞാൽ നിങ്ങളുടെ എല്ലാ ഊർജ്ജവും അതിലേക്ക് നയിക്കാനാകും. നിങ്ങളുടെ മനസ്സിൽ നിരാശയുടെ ലക്ഷ്യങ്ങൾ മാത്രമാണുള്ളതെങ്കിൽ, അതിലേക്ക് ഊർജ്ജം നയിക്കുന്നത് ചിന്തയെയും നിഷേധാത്മക വികാരങ്ങളെയും മാത്രമായിരിക്കും ശാശ്വതമാക്കുന്നത്.

ഈ ഘട്ടത്തിൽ പലരെയും സഹായിക്കുന്നത് ഒരു "സജീവമാക്കൽ ആചാരം" കൂടിയാണ്. ഒരു സജീവമാക്കൽ ആചാരം ഒരു പ്രഭാത ദിനചര്യയാണ്, അത് അവരെ ചിന്തിക്കാത്തതും ഒഴുകുന്നതുമായ അവസ്ഥയിലേക്ക് കൊണ്ടുവരാൻ സഹായിക്കുന്നു. നിങ്ങൾ ഉണരുമ്പോൾ തന്നെ പോസിറ്റീവ് ദിശയിലേക്ക് ആക്കം കൂട്ടാൻ ഇത് നിങ്ങളെ സഹായിക്കുന്നു, അതിലൂടെ ദിവസം മുഴുവൻ ചിന്തിക്കാത്ത അവസ്ഥയിൽ തുടരാൻ എളുപ്പമാണ്. ചലിക്കുന്ന ഒരു വസ്തു ചലനത്തിൽ നിലനിൽക്കും. ചിന്താശൂന്യതയുടെയും ആവേഗത്തിന്റെയും ശക്തി മനസ്സിലാക്കുന്നത് വരെ ആത്മീയ ഗുരുക്കന്മാർക്കും എല്ലാ വലിയ നേതാക്കന്മാർക്കും പ്രഭാത ദിനചര്യകൾ ഉള്ളത് എന്തുകൊണ്ടാണെന്ന് എനിക്ക് ഒരിക്കലും മനസ്സിലായില്ല.

ഇതാ ഒരു സന്തോഷവാർത്ത : ഇപ്പോൾ നിങ്ങളുടെ ഊർജ്ജം മുഴുവനും ചിന്തിക്കുന്നതിലേക്ക് ബന്ധിപ്പിച്ചിട്ടില്ല, നിങ്ങൾക്ക് ഇപ്പോൾ ഈ സ്വതന്ത്ര ഊർജ്ജം ഉപയോഗിക്കാനും പ്രചോദനം മുതൽ ഇന്ധനം വരെ പുതിയ ലക്ഷ്യങ്ങൾ സൃഷ്ടിക്കാനും നിങ്ങളെ സമാധാനം, സന്തോഷം, സ്നേഹം എന്നിവ നിറഞ്ഞ പുതിയ ജീവിതത്തിലേക്ക് നയിക്കാനും കഴിയും.

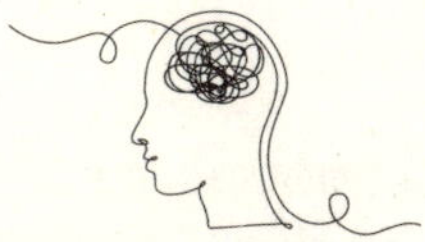

12

നല്ലതോ ചീത്തയോ ആയി ഒന്നുമില്ല

"

നല്ലതോ ചീത്തയോ ആയി ഒന്നുമില്ല,
പക്ഷേ ചിന്തയാണ് അതിനെ അങ്ങനെയാക്കുന്നത്.

"

വില്യം ഷേക്സ്പിയർ

ഇതിനെ വീക്ഷണകോണിൽ ഉൾപ്പെടുത്താൻ സഹായിക്കുന്ന ഒരു സാമ്യം ഇതാ. ഒരു പിയാനോയിൽ 88 കട്ടകൾ ഉണ്ട്. നമ്മൾ ഒരു പിയാനോ നോക്കുമ്പോൾ, ഒരു കാരണവുമില്ലാതെ നമ്മൾ പ്രത്യേക കട്ടകൾ ചൂണ്ടിക്കാണിക്കുകയും ആ കട്ട "തെറ്റാണ്" എന്ന് പറയുകയും ചെയ്യുന്നില്ല. ആരെങ്കിലും ഒരു നിർദ്ദിഷ്ട ഗാനം പ്ലേ ചെയ്യുകയും പാട്ടിൽ ഇല്ലാത്ത ഒരു കട്ട അമർത്തുകയും ചെയ്യുന്നുവെങ്കിൽ, ഒരു നിർദ്ദിഷ്ട കട്ട "തെറ്റാണ്" എന്ന് നമ്മൾ കരുതുന്നു.

അന്തർലീനമായി, പിയാനോയ്ക്ക് തെറ്റായ കട്ടകളൊന്നുമില്ല. തുടർച്ചയായി പ്ലേ ചെയ്യുമ്പോൾ ഏറെക്കുറെ മനോഹരമായി തോന്നുന്ന കട്ടകളും കുറിപ്പുകളും മാത്രമേ ഉള്ളൂ.

പിയാനോയിൽ തെറ്റായ കട്ടകളില്ലാത്തതുപോലെ, ജീവിതത്തിൽ "തെറ്റായ" തീരുമാനങ്ങളൊന്നുമില്ല. നമുക്ക് സുഖകരമോ അല്ലാത്തതോ ആയ വികാരങ്ങൾ നൽകുന്ന ചിന്തകൾ മാത്രമേയുള്ളൂ. നമ്മൾ കാര്യങ്ങളെ ശരിയോ തെറ്റോ, നല്ലതോ ചീത്തയോ എന്ന ഒരു ബക്കറ്റിൽ ഇടുമ്പോൾ, ഇത് നമ്മുടെ ജീവിതത്തിൽ ദ്വൈതവും അവസ്ഥകളും സൃഷ്ടിക്കുന്നു, അത് നമുക്ക് എങ്ങനെ തോന്നുന്നുവെന്ന് നിർണ്ണയിക്കുന്നു.

ഉദാഹരണത്തിന്, എതിർക്കുന്ന രാഷ്ട്രീയ പാർട്ടികൾ തെറ്റോ മോശമോ ആണെന്ന് നമ്മൾ വിശ്വസിക്കുന്നുവെങ്കിൽ, ഇത് നമ്മുടെ ഉള്ളിൽ ശത്രുതയുണ്ടാക്കുകയും നിഷേധാത്മക വികാരങ്ങളുടെ ഒരു സങ്കലനം അനുഭവിക്കുകയും ചെയ്യും.

നേരെമറിച്ച്, പിയാനോയിൽ വ്യത്യസ്ത കട്ടകൾ ഉള്ളതുപോലെ വ്യത്യസ്ത രാഷ്ട്രീയ പാർട്ടികളെ നമ്മൾ കാണുകയും അന്തർലീനമായി "തെറ്റായ" പാർട്ടികൾ ഇല്ലായെന്ന് ചിന്തിക്കുകയും ചെയ്യുന്നുവെങ്കിൽ, നമ്മൾ ആ നിമിഷം സ്നേഹവും സന്തോഷവും സമാധാനവും അനുഭവിക്കാൻ സ്വയം തുറക്കുന്നു. നാം മുമ്പ് കണ്ടിട്ടില്ലാത്ത ബദൽ വീക്ഷണങ്ങൾ കാണാൻ തുടങ്ങുകയും ജീവിതത്തിന്റെ യഥാർത്ഥ സ്വഭാവത്തെക്കുറിച്ചുള്ള നമ്മുടെ ഗ്രാഹ്യത്തെ ആഴത്തിലാക്കാൻ അവസരങ്ങളുണ്ടാകുകയും ചെയ്യുന്നു.

നമ്മൾ ഒരു മലയിൽ കാൽനടയാത്ര നടത്തുകയും

മനോഹരമായ കാഴ്ച കാണാൻ പ്രത്യേക പോയിന്റുകളിൽ നിൽക്കുകയും ചെയ്യുന്നത് പോലെയാണ് ഇത്. നമുക്ക് നിർത്താനും നിൽക്കാനും പ്രകൃതിയുടെ മഹത്വം ഉൾക്കൊള്ളാനും കഴിയുന്ന "തെറ്റായ" സ്ഥലങ്ങളൊന്നുമില്ല. എന്നാൽ നമുക്ക് നിൽക്കാൻ കഴിയുന്ന എല്ലാ സ്ഥലങ്ങളിലേക്കും തുറന്നിരിക്കുന്നതിനാൽ, നമുക്ക് വ്യത്യസ്ത പോയിന്റുകളിൽ നിന്നുള്ള മുമ്പൊരിക്കലും കണ്ടിട്ടില്ലാത്ത കാഴ്ചകൾ കാണാൻ കഴിയും.

ലോകത്ത് ശരിയോ തെറ്റോ, നല്ലതോ ചീത്തയോ നോക്കാതെ, സത്യത്തിനായി നോക്കുക. നമ്മൾ ശരിയാണെന്നും അവർ തെറ്റാണെന്നും തെളിയിക്കാൻ ശ്രമിക്കുന്നതിനുപകരം അല്ലെങ്കിൽ അവർ എങ്ങനെ മികച്ചവരും നമ്മൾ മോശക്കാരും ആണെന്ന് തെളിയിക്കാൻ ശ്രമിക്കുന്നതിനുപകരം, നിങ്ങളുടെ മുന്നിലുള്ള സത്യത്തിനായി നോക്കുക. പലരും തങ്ങൾ ചിന്തിക്കുന്നത് സത്യമാണെന്ന് വിശ്വസിക്കുന്നുവെന്ന് പറഞ്ഞുകൊണ്ട് ഞാൻ മുന്നറിയിപ്പ് നൽകുന്നു. മിക്കവാറും, ജീവിതത്തെക്കുറിച്ചുള്ള ഈ ആഴത്തിലുള്ള ധാരണയില്ലാതെ, നമ്മൾ ചിന്തിക്കുന്ന മിക്ക കാര്യങ്ങളും സത്യമല്ല, അത് പോലെ തോന്നാമെങ്കിലും.

യഥാർത്ഥ സത്യം ആത്മനിഷ്ഠമല്ല. അത് ഒരു വ്യക്തിക്ക് "സത്യം" ആണെങ്കിൽ, മറ്റൊരാൾക്ക് അല്ല, അത് സാർവ്വത്രിക സത്യമല്ല. ഈ ഗ്രഹത്തിലെ ബോധമുള്ള ഓരോ മനുഷ്യനും, അവർ ആരായാലും, എവിടെനിന്നുള്ളവരായാലും, അവരുടെ പശ്ചാത്തലമെന്തായാലും സാർവ്വത്രികമായി സത്യമെന്താണെന്ന് നോക്കുക. അതാണ് യഥാർത്ഥ സത്യം, അവിടെയാണ് നിങ്ങൾ തിരയുന്നതെല്ലാം നിങ്ങൾ കണ്ടെത്തുന്നത്. നിങ്ങൾക്ക് ഇത് കണ്ടെത്താൻ കഴിയുന്ന ഒരേയൊരു സ്ഥലം നിങ്ങളുടെ ഉള്ളിൽ തന്നെയാണെന്ന് ഓർമ്മിക്കുക, അതിനാൽ നിങ്ങൾക്ക് പുറത്ത് അത് അന്വേഷിക്കാൻ ശ്രമിക്കരുത്.

നിഷേധാത്മക വികാരങ്ങൾ ഉണർത്തുന്ന എന്തെങ്കിലും നിങ്ങൾ അഭിമുഖീകരിക്കുകയാണെങ്കിൽ, നിങ്ങളുടെ ആത്മാവിനുള്ളിൽ ആഴത്തിലുള്ള സാർവ്വത്രിക സത്യത്തിന്റെ ഉറവിടം കണ്ടെത്താൻ നിങ്ങളുടെ ഉള്ളിലേക്ക് പോകുക. നിങ്ങൾക്ക് ഇങ്ങനെ തോന്നുന്നതിന്റെ മൂലകാരണങ്ങൾതേടി പുറത്തുനിന്നുള്ള ഉത്തരങ്ങൾ അന്വേഷിക്കാനോ ബാഹ്യ കാരണങ്ങളിലേയ്ക്ക് നോക്കാനോ ശ്രമിക്കുകയാണെങ്കിൽ, നിങ്ങൾ ബാക്കിയുള്ള നിത്യതയെ അന്വേഷിക്കും, ഒരിക്കലും കണ്ടെത്തുകയുമില്ല.

നിഷേധാത്മക വികാരങ്ങൾ തെറ്റിദ്ധാരണയുടെ സൂചനയാണ്. നിഷേധാത്മകമായ വികാരങ്ങൾ നമ്മെ പിടികൂടുമ്പോൾ, നമ്മൾ ചിന്തിക്കുന്നത് വിശ്വസിക്കുന്നു എന്നാണ്. ഈ നിമിഷത്തിലാണ് നമ്മുടെ അനുഭവം എവിടെ നിന്നാണ് വരുന്നതെന്നും നമ്മുടെ ചിന്തയാണ് നമ്മുടെ നിഷേധാത്മക വികാരങ്ങൾക്ക് കാരണമെന്നും നമ്മൾ വെറുതെ മറന്നുപോകുന്നത്.

നമ്മൾക്ക് എങ്ങനെ തോന്നുന്നു എന്നതിന്റെ അടിസ്ഥാന കാരണം ചിന്തയാണെന്ന് നിങ്ങൾ ഓർക്കണം. ഇത് നിങ്ങളുടെ അവബോധത്തിലേക്ക് കൊണ്ടുവന്നുകഴിഞ്ഞാൽ, ചിന്തയുമായി പോരാടരുത്. നിങ്ങളുടെ ചിന്തയാണ് അസുഖകരമായ വികാരങ്ങൾക്ക് കാരണമാകുന്നതെന്ന് മനസ്സിലാക്കുക. അതിനെ സ്നേഹത്തോടെ സ്വാഗതം ചെയ്യുക, അത് നിങ്ങളുടെ കൺമുന്നിൽ പതുക്കെ അലിഞ്ഞുചേരും. അധികം താമസിയാതെ, സമാധാനത്തിന്റെയും സ്നേഹത്തിന്റെയും സന്തോഷത്തിന്റെയും സ്വാഭാവിക അവസ്ഥയിലേക്ക് നിങ്ങൾ മടങ്ങിവരും.

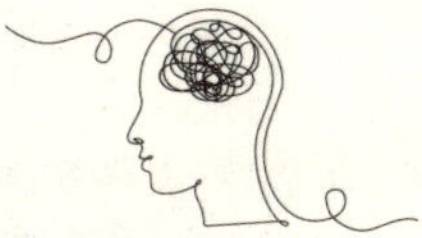

13

ചിന്തിക്കാതെ എന്തുചെയ്യണമെന്ന് നിങ്ങൾക്ക് എങ്ങനെ അറിയാം?

“

അവബോധജന്യമായ മനസ്സ് ഒരു വിശുദ്ധ ദാനമാണ്,
യുക്തിസഹമായ മനസ്സ് വിശ്വസ്ത ദാസനാണ്.
ദാസനെ ആദരിക്കുന്ന, ദാനം മറന്ന ഒരു
സമൂഹത്തെ നമ്മൾ സൃഷ്ടിച്ചു.

”

ആൽബർട്ട് ഐൻസ്റ്റീൻ

കഴിഞ്ഞ അധ്യായത്തിൽ, ഈ ലോകത്ത് ശരിയും തെറ്റും ഇല്ലെന്ന് നമ്മൾ ചർച്ച ചെയ്തു. ഈ അധ്യായം നമ്മുടെ ഗ്രാഹ്യത്തെ ആഴത്തിലാക്കുകയും ചിന്തിക്കാതെ എന്തു ചെയ്യണമെന്നുള്ള അറിവിനെ ജ്വലിപ്പിക്കുകയും ചെയ്യും.

ഒരു പിയാനോയിൽ എങ്ങനെ തെറ്റായ കട്ടകളില്ല എന്നതു പോലെ, നമുക്ക് ശരിയായതോ തെറ്റായതോ ആയ തീരുമാനങ്ങളൊന്നും എടുക്കാൻ കഴിയില്ലെങ്കിലും, സന്ദർഭത്തിനനുസരിച്ച് മറ്റുള്ളവയേക്കാൾ മനോഹരമായ തീരുമാനങ്ങൾ അല്ലെങ്കിൽ "കട്ടകൾ" ഉണ്ട്. ശരിയും തെറ്റും ഇല്ലെന്ന് അറിയുന്നത് "ശരിയായത് തിരഞ്ഞെടുക്കാനുള്ള" സമ്മർദ്ദത്തിൽ നിന്ന് നമ്മെ അൽപ്പം വിമുക്തമാക്കുന്നു.

തീരുമാനങ്ങൾ എടുക്കുമ്പോൾ, ചിന്താശൂന്യതയെ ആശ്രയിക്കാൻ നമ്മൾ ആഗ്രഹിക്കുന്നു. നമ്മൾ ചിന്തിക്കാനും വിശകലനം ചെയ്യാനും ഗുണദോഷ പട്ടികകൾ സൃഷ്ടിക്കാനും എല്ലാവരോടും (നമ്മുടെ വളർത്തുമൃഗങ്ങൾ ഉൾപ്പെടെ) ഉപദേശം ചോദിക്കാനും ശ്രമിക്കുമ്പോൾ, നമ്മൾ തീരുമാനമെടുക്കുന്നതുവരെ അത് ഉത്കണ്ഠയും നിരാശയും ഉണ്ടാക്കുന്നു. മിക്കപ്പോഴും, ഏതെങ്കിലും പ്രത്യേക സാഹചര്യത്തിൽ എന്തുചെയ്യണമെന്ന് നമുക്ക് ആഴത്തിൽ അറിയാം. ഇതിനെ പലപ്പോഴും നിങ്ങളുടെ ആന്തരിക വികാരം, അവബോധം അല്ലെങ്കിൽ ആന്തരിക ജ്ഞാനം എന്ന് വിളിക്കപ്പെടുന്നു. നമ്മൾ ചെയ്യുന്നത് ബാഹ്യലോകവുമായി നമ്മുടെ അവബോധം സ്ഥിരീകരിക്കാൻ ശ്രമിക്കുകയാണ്, ഇവിടെയാണ് മിക്ക നെഗറ്റീവ് വികാരങ്ങളും പ്രത്യക്ഷപ്പെടാൻ തുടങ്ങുന്നത്, എല്ലാവരുടെയും അഭിപ്രായങ്ങൾ കാരണം നമ്മുടെ മാനസികാവസ്ഥയെ തകർക്കുന്നു.

നിങ്ങൾ എന്താണ് ചെയ്യാൻ ആഗ്രഹിക്കുന്നതെന്ന് നിങ്ങൾക്ക് മാത്രമേ അറിയാൻ കഴിയൂ. മറ്റാർക്കും ഇത് നിങ്ങളോട് പറയാൻ കഴിയില്ല. വഴിയിൽ നിങ്ങളെ സഹായിക്കാൻ നിങ്ങളെ നയിക്കാൻ കഴിയുന്ന ഉപദേഷ്ടാക്കളും പരിശീലകരും ഉണ്ടാകും, എന്നാൽ ഏറ്റവും മികച്ചവർ നിങ്ങളോട് പറയും, നിങ്ങളുടെ അവബോധം

ശ്രദ്ധിക്കുകയും ഉത്തരത്തിനായി നിങ്ങളുടെ ഉള്ളിൽ തിരയുക എന്ന് (സത്യം എപ്പോഴും നിങ്ങളുടെ ഉള്ളിൽ മാത്രമാണ്). അതുകൊണ്ടാണ് നമ്മളിൽ പലരും പശ്ചാത്താപം എന്ന പ്രതിഭാസം അനുഭവിക്കുന്നത്. നമ്മുടെ ഹൃദയവികാരത്തെ അടിസ്ഥാനമാക്കി എന്താണ് ചെയ്യേണ്ടതെന്ന് ആഴത്തിൽ അറിയാമെങ്കിലും നമ്മൾ അത് അവഗണിക്കുകയും മറ്റൊരാളുടെ ഉപദേശമോ അഭിപ്രായമോ ശ്രദ്ധിക്കുകയും ചെയ്യുന്നു.

നിങ്ങൾ എവിടേക്കാണ് പോകേണ്ടതെന്നും ഏത് സമയത്ത് നിങ്ങൾ എന്തുചെയ്യണമെന്നും എന്നതുവരെ നിങ്ങളുടെ അവബോധം എപ്പോഴും നിങ്ങളെ കൊണ്ടെത്തിക്കും. ഇത് ഒരു തത്സമയ ആന്തരിക ജിപിഎസ് പോലെയാണ്, അത് എപ്പോൾ വഴിമാറി പോകണമെന്നും നിങ്ങളുടെ ലക്ഷ്യസ്ഥാനത്തേക്കുള്ള റോഡിൽ തടസ്സമുണ്ടെങ്കിൽ ഏത് പാതയിലൂടെയാണ് പോകേണ്ടതെന്നും നിങ്ങളെ അറിയിക്കും. നമ്മുടെ ആന്തരിക ജിപിഎസ് കൃത്യമായി എവിടേക്കാണ് പോകാൻ ആഗ്രഹിക്കുന്നതെന്ന് ഉറപ്പുനൽകുന്നു. എന്നാൽ ഉറപ്പില്ലാത്തത് എങ്ങനെ അല്ലെങ്കിൽ ഏത് പാതയിലൂടെയാണ് നമ്മെ അവിടെ കൊണ്ടുപോകുന്നത് എന്നുള്ളതാണ്. ലക്ഷ്യസ്ഥാനത്തേക്കുള്ള യാത്രയിൽ അനന്തമായ സാഹചര്യങ്ങൾ ഉണ്ടാകാം, എന്നാൽ നിങ്ങളുടെ ജിപിഎസ് നിങ്ങളെ അവിടെ എത്തിക്കുമെന്ന് നിങ്ങൾക്ക് ഉറപ്പിക്കാം.

പ്രധാനപ്പെട്ട കുറിപ്പ്

സമൂഹം ഇപ്പോൾ തന്നെ മുഖ്യധാരയിൽ എത്തുന്നതുവരെ നമ്മുടെ അവബോധത്തെ സ്ഥിരീകരിക്കുകയില്ല. ഇക്കാരണത്താൽ, നിങ്ങൾക്ക് ശരിയാണെന്ന് നിങ്ങൾക്കറിയാവുന്ന കാര്യങ്ങളിൽ സ്ഥിരീകരണത്തിനായി ബാഹ്യലോകത്തേക്ക് നോക്കാൻ നിങ്ങൾ ശ്രമിക്കുകയാണെങ്കിൽ, നിങ്ങൾ സ്വീകരിക്കേണ്ട അടുത്ത ഘട്ടങ്ങളെക്കുറിച്ച് നിങ്ങൾക്ക് എല്ലായ്പ്പോഴും തിരിച്ചടിയും വ്യത്യസ്ത അഭിപ്രായങ്ങളും ലഭിക്കും. ഉത്തരങ്ങൾക്കായി ബാഹ്യമായി നോക്കുന്നത് ഒഴിവാക്കുക. നിങ്ങളുടെ അവബോധം, നിങ്ങളുടെ ആന്തരിക വികാരം, നിങ്ങളുടെ ആന്തരിക ജ്ഞാനം, പ്രപഞ്ചം/ദൈവം എന്നിവ പിന്തുടരുക. നിങ്ങൾ ഇത് ചെയ്യുമ്പോൾ, നിങ്ങൾ ഒരിക്കലും പ്രതീക്ഷിക്കാത്തതോ സ്വപ്നം പോലും കാണാത്തതോ ആയ അത്ഭുതങ്ങൾ നിങ്ങളുടെ ജീവിതത്തിൽ സംഭവിക്കുന്നത് നിങ്ങൾ കാണാൻ തുടങ്ങും. ഇത് ചെയ്യാൻ

വിശ്വാസവും ധൈര്യവും ഉള്ളവർ, ജീവിതത്തിന്റെ അത്ഭുതം ആസ്വദിക്കുമ്പോൾ, അവർ അന്വേഷിക്കുന്ന യഥാർത്ഥ സന്തോഷവും സമാധാനവും സ്നേഹവും കണ്ടെത്തും.

അപ്പോൾ ചിന്തിക്കാതെ എന്തുചെയ്യണമെന്ന് നമുക്ക് എങ്ങനെ അറിയാം?

എന്തു ചെയ്യണമെന്ന് നമ്മിൽ മിക്കവർക്കും അറിയാമെന്ന താണ് സത്യം, പക്ഷേ അത് ചെയ്യാൻ നമ്മൾ ഭയപ്പെടുന്നു. ഉദാഹരണത്തിന്, നമുക്ക് ശരീരഭാരം കുറയ്ക്കണമെങ്കിൽ, എന്താണ് ചെയ്യേണ്ടതെന്ന് നമ്മിൽ മിക്കവർക്കും കൃത്യമായി അറിയാം. ശരീരഭാരം കുറയ്ക്കാനുള്ള സൂത്രവാക്യം റോക്കറ്റ് സയൻസ് പോലെയോ അല്ലെങ്കിൽ ഹൈറോഗ്ലിഫിക്സിൽ പോലെയോ എഴുതിയിട്ടുള്ളതല്ല. നമ്മൾ കഴിക്കുന്നതിനേക്കാൾ കൂടുതൽ കലോറി എരിച്ച് കളയുക, വ്യായാമം ചെയ്യുക, ആരോഗ്യകരമായ ഭക്ഷണം കഴിക്കുക, എന്നിവ മാത്രമാണ് ശരീരഭാരം കുറയ്ക്കേണ്ടതിന് നമ്മൾ ചെയ്യേണ്ട കാര്യങ്ങളെന്ന് നമ്മിൽ മിക്കവർക്കും അറിയാം. ജീവിതത്തിലെ എന്തിനും, എന്തുചെയ്യണമെന്ന് നിങ്ങൾക്ക് ഇതിനകം തന്നെ അറിയാം, പക്ഷേ അത് ചെയ്യാൻ ഭയപ്പെടുന്നു അല്ലെങ്കിൽ നിങ്ങൾ അത് ചെയ്യാൻ പര്യാപ്തമാണെന്ന് വിശ്വസിക്കുന്നില്ല.

എന്തുചെയ്യണമെന്ന് നിങ്ങൾക്ക് ഇതിനകം അറിയാമെന്ന് മനസ്സിലാക്കുക എന്നതാണ് ആദ്യപടി. ഭയമോ സ്വയം സംശയമോ കാരണം നിങ്ങൾക്ക് അങ്ങനെ ചെയ്യാനാവില്ലെന്ന് നിങ്ങൾ കരുതുന്നു. നിങ്ങൾക്ക് സാഹചര്യത്തെക്കുറിച്ച് ഭയമോ സ്വയം സംശയമോ ഇല്ലെങ്കിൽ, എന്തുചെയ്യണമെന്ന് നിങ്ങൾക്കറിയില്ലെന്ന് നിങ്ങൾ കാണുകയാണെങ്കിൽ, അടുത്ത ഘട്ടം നിങ്ങളുടെ ആന്തരിക ജ്ഞാനത്തെ (അനന്തമായ ബുദ്ധി) വിശ്വസിക്കുക എന്നതാണ്, അത് നിങ്ങൾക്ക് ഉത്തരം നൽകും, അതിന്റെ ആവശ്യവും നിങ്ങൾക്കുണ്ട്. നമ്മൾക്ക് അനന്തമായ ചിന്തകൾ സ്വീകരിക്കാനുള്ള കഴിവുണ്ട്, അതിനാൽ ഏത് നിമിഷത്തിലും നിങ്ങൾക്ക് എന്തുചെയ്യാൻ കഴിയും എന്നതിനെക്കുറിച്ചുള്ള ആശയങ്ങൾക്ക് തീർച്ചയായും ഒരു കുറവുമില്ല. ഈ അറിവിന്റെ സമൃദ്ധിയിൽ നിന്ന് നമ്മെ തടയുന്ന ഒരേയൊരു കാര്യം നമ്മുടെ സ്വന്തം ചിന്തയാണ്.

ഹെൻറി ഫോർഡ് ഒരിക്കൽ പറഞ്ഞു, "നിങ്ങൾക്ക് കഴിയുമെന്ന് നിങ്ങൾ കരുതിയാലും ഇല്ലെങ്കിലും, നിങ്ങൾ പറയുന്നത് ശരിയാണ്." നമുക്ക് കഴിയില്ലെന്ന് കരുതി നമ്മുടെ ജീവിതത്തിൽ ചുറ്റിനടന്നാൽ, ഏത് സമയത്തും നമുക്ക് ചെയ്യാൻ

കഴിയുന്ന കാര്യങ്ങളുടെ പരിധിയില്ലാത്ത സാധ്യതകളിൽ നിന്ന് നാം നമ്മെത്തന്നെ തടയുന്നു. എന്നാൽ നമ്മുടെ മനസ്സിന്റെ ബ്രേക്ക് വിടുകയും നമ്മുടെ ചിന്ത നമ്മെ പിന്നോട്ട് വലിക്കുന്നുവെന്ന് മനസ്സിലാക്കുകയും ചെയ്യുമ്പോൾ, നമ്മുടെ സ്വാഭാവികമായ സമൃദ്ധികളിലേക്കും പരിധികളില്ലാത്ത സാധ്യതകളിലേക്കും നമ്മൾ സ്വയമേവ മടങ്ങിപ്പോകും, ആ നിമിഷത്തിൽ, എന്തുചെയ്യണം എന്നതിനെക്കുറിച്ചുള്ള ഏത് ഉത്തരവും നമുക്ക് ലഭിക്കും.

ചുരുക്കത്തിൽ, നിങ്ങൾക്ക് ഇതിനകം അറിയാമെന്നും അഥവാ നിങ്ങൾക്കറിയില്ലെങ്കിൽ, നിങ്ങൾക്കത് അറിയേണ്ടതാണെന്നും, നിങ്ങൾക്ക് അത് അറിയാനും കഴിയും.

നിങ്ങൾക്ക് എല്ലായ്പ്പോഴും അറിയാൻ കഴിയുമെന്ന് നിങ്ങൾക്കറിയാമെങ്കിൽ, നിങ്ങൾ അറിയേണ്ടത് എല്ലായ്പ്പോഴും നിങ്ങളിലേക്ക് വരും. നിങ്ങളുടെ സ്വന്തം അവബോധത്തിലും ആന്തരിക ജ്ഞാനത്തിലും വിശ്വസിക്കുക. നിങ്ങൾക്ക് ആവശ്യമുള്ളപ്പോൾ അത് എല്ലായ്പ്പോഴും ഉണ്ടായിരിക്കും, അത് നിങ്ങൾക്കായി ഉണ്ടാകും എന്ന് നിങ്ങൾ വിശ്വസിക്കുന്നിടത്തോളം.

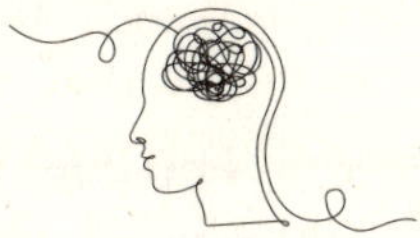

14

നിങ്ങളുടെ സഹജാവബോധത്തെ എങ്ങനെ പിന്തുടരാം

“

നിങ്ങളുടെ ഹൃദയത്തെയും സഹജാവബോധത്തെയും പിന്തുടരാൻ ധൈര്യമുണ്ടാവുക. നിങ്ങൾ യഥാർത്ഥത്തിൽ എന്തായിത്തീരാൻ ആഗ്രഹിക്കുന്നുവെന്ന് അവയ്ക്ക് എങ്ങനെയെങ്കിലും ഇതിനകം അറിയാം. മറ്റെല്ലാം ദ്വിതീയമാണ്.

”

സ്റ്റീവ് ജോബ്സ്

കഴിഞ്ഞ ഒരു അധ്യായത്തിൽ, ലോകത്ത് അഭിവൃദ്ധി പ്രാപിക്കാൻ നമ്മൾ എങ്ങനെ ചിന്തിക്കേണ്ടതില്ലെന്നും നമ്മൾ അഭിവൃദ്ധി പ്രാപിക്കുന്ന രീതി നമ്മൾ നടക്കുന്ന ചിന്തയെ ഇല്ലാതാക്കുകയാണ് എന്നും നമ്മൾ സംസാരിച്ചു. പ്രവാഹത്തിന്റെ അവസ്ഥ ശുദ്ധമായ ഏകത്വത്തിന്റെ അവസ്ഥയും നമുക്ക് ചുറ്റുമുള്ള എല്ലാറ്റിനോടും നേരിട്ടുള്ള ബന്ധവുമാണ്. ആ അവസ്ഥയിൽ ആയിരിക്കുമ്പോൾ വേർപിരിയൽ ഇല്ല എന്നതിനാൽ, നമുക്ക് ദൈവവുമായി/ പ്രപഞ്ചവുമായി/അനന്തമായ ബുദ്ധിയുമായി നേരിട്ട് ബന്ധവും യോജിപ്പും ഉള്ള അവസ്ഥയാണെന്നും പറയാം.

ചിന്തകൾ ചെയ്യുന്നത് ദൈവവുമായുള്ള ഈ ബന്ധം വിച്ഛേദിക്കുകയും, സമ്മർദ്ദം, നിരാശ, കോപം, നീരസം, വിഷാദം, കൂടാതെ നമ്മിൽ പലർക്കും അനുദിനം അനുഭവപ്പെടുന്ന ഈ നിഷേധാത്മക വികാരങ്ങൾ എന്നിവ അനുഭവിക്കാൻ ഇടയാക്കു കയും ചെയ്യുന്നുവെന്നതാണ്. അതുകൊണ്ടാണ് ചില മതങ്ങൾ നരകത്തെ ദൈവത്തിൽ നിന്നുള്ള പൂർണ്ണമായ വേർപിരിയൽ എന്ന് വിശേഷിപ്പിക്കുന്നത്.

ഇനിമുതൽ ലാളിത്യത്തിനുവേണ്ടി, ഒഴുക്കിനുപകരം ഞാൻ ചിന്താശ്ശൂന്യത എന്ന പദം ഉപയോഗിക്കും, എന്നാൽ ഈ പുസ്തകത്തിൽ ഞാൻ അവ ഉപയോഗിക്കുമ്പോൾ അവ ശരിക്കും പര്യായമാണ്. ഈ ചിന്താശ്ശൂന്യമായ അവസ്ഥ അനന്തമായ ബുദ്ധിയുമായുള്ള നേരിട്ടുള്ള ബന്ധത്തെ അർത്ഥമാക്കുന്നു.

നമ്മൾ ചെയ്യാൻ ഇഷ്ടപ്പെടുന്ന ഒരു പ്രത്യേക പ്രവർത്തനത്തിലൂടെ ചിന്തിക്കാത്തതോ ഒഴുകുന്നതോ ആയ അവസ്ഥയെ പലരും ആരോപിക്കും, ആ സമയത്താണ് നമുക്ക് ഒഴുകുവാൻ കഴിയുക. ഇത് സത്യത്തിൽ നിന്ന് വളരെ അകലെയാണ്. ഏത് സമയത്തും നമുക്ക് ചിന്തിക്കാൻ കഴിയാത്ത അവസ്ഥയിൽ ആയിരിക്കാം. വർത്തമാന നിമിഷത്തിൽ മാത്രമേ നമുക്ക് ചിന്തിക്കാൻ കഴിയാത്ത അവസ്ഥയിൽ കഴിയൂ. വർത്തമാന നിമിഷത്തിൽ മാത്രമേ നമുക്ക് യാഥാർത്ഥ്യം കാണാൻ കഴിയൂ, നമ്മൾ സജീവമായി ചിന്തിക്കുമ്പോൾ, അതിനർത്ഥം നമ്മൾ

ഒന്നുകിൽ ഭൂതകാലത്തിലോ ഭാവിയിലോ ആണ് (അത് നിലവിലില്ല). ഈ നിമിഷത്തിൽ മാത്രമേ സത്യം കണ്ടെത്താൻ കഴിയൂ. അതുകൊണ്ടാണ് എല്ലാ ആത്മീയ ഗുരുക്കന്മാരും നേതാക്കളും എപ്പോഴും ധ്യാനിക്കാനും പ്രാർത്ഥിക്കാനും ഈ നിമിഷത്തിൽ ആയിരിക്കാനും പഠിപ്പിക്കുന്നത്. ബൈബിളിൽ, മോശ ദൈവത്തോട് പേര് ചോദിക്കുമ്പോൾ, "ഞാൻ ആകുന്നവൻ" എന്ന് മറുപടി നൽകുന്നു. ഉണ്ടെന്നോ ആയിരിക്കുമെന്നോ ദൈവം പറഞ്ഞില്ല (കാരണം അവ നിലവിലില്ല), മറിച്ച് "ഞാൻ ആകുന്നു" എന്നതിലാണ്. ദൈവം, സത്യം, പ്രപഞ്ചം, സ്വാതന്ത്ര്യം, സമാധാനം, സന്തോഷം, സ്നേഹം (ഈ പദങ്ങളെല്ലാം പര്യായ പദങ്ങളാണ്) എന്നിവ വർത്തമാനകാലത്ത് മാത്രമേ കണ്ടെത്താൻ കഴിയൂ, അതിനാൽ വർത്തമാനകാലത്തിൽ മാത്രമേ അതിനെ അനുഭവിക്കാനും കഴിയൂ.

നിങ്ങൾ നിങ്ങളുടെ അവബോധത്തെ പിന്തുടരുമ്പോൾ, അതിനർത്ഥം നിങ്ങൾ സ്വയം വിശ്വസിക്കുകയും ജീവിതത്തിലെ എല്ലാ കാര്യങ്ങളിലൂടെയും നിങ്ങളെ നയിക്കാൻ സഹായിക്കുന്നതിന് ആവശ്യമായ ആന്തരിക ജ്ഞാനം നിങ്ങൾക്ക് എല്ലായ്പ്പോഴും ഉണ്ടെന്ന് വിശ്വസിക്കുകയും ചെയ്യുന്നു എന്നാണ്. ഇത് ചിന്താശൂന്യതയുടെയോ ഒഴുക്കിന്റെയോ അവസ്ഥയാണ്.

ഈ ആശയം എങ്ങനെ പ്രായോഗികമാക്കാമെന്നും നമ്മുടെ ദൈനംദിന ജീവിതത്തിലേക്ക് കൊണ്ടുവരാമെന്നും നമുക്ക് പര്യവേക്ഷണം ചെയ്യാം. നിങ്ങളുടെ അവബോധവും ആന്തരിക ജ്ഞാനവും പിന്തുടരുന്നത് എങ്ങനെയിരിക്കും, നമ്മൾക്ക് അത് എങ്ങനെ ചെയ്യാം?

നിങ്ങൾ നിങ്ങളുടെ അവബോധത്തെ പിന്തുടരുമ്പോൾ, നിങ്ങളുടെ വ്യക്തിത്വത്തേക്കാൾ മഹത്തായ ഒന്നിലേക്ക് നിങ്ങൾ പൂർണ്ണമായും ടാപ്പ് ചെയ്യപ്പെടുന്നു. നിങ്ങൾ ചിന്താശൂന്യതയിൽ (പ്രവാഹം) ദൈവവുമായുള്ള നേരിട്ടുള്ള ബന്ധത്തിലാണ്. ഈ അവസ്ഥയിൽ, നിങ്ങൾ ചിന്തിക്കാതെ എന്താണ് ചെയ്യേണ്ടതെന്ന് നിങ്ങൾക്ക് എല്ലായ്പ്പോഴും അറിയാം, കാരണം അനന്തമായ ബുദ്ധിശക്തിയാൽ നിങ്ങൾ നയിക്കപ്പെടുന്നു. ഈ മേഖലയിലായിരിക്കുമ്പോൾ നമ്മൾ ഒന്നും ചെയ്യുന്നില്ലെന്ന് തോന്നുന്നു, കാരണം നമ്മുടെ വ്യക്തിത്വബോധം നഷ്ടപ്പെടുകയും ജീവിതവുമായി ഒന്നായിത്തീരുകയും ചെയ്യുന്നു. നമ്മൾ ഈ അവസ്ഥയിലായിരിക്കുമ്പോൾ, ബിസിനസ്സ് സന്ധികൾ എവിടെനിന്നും പുറത്തുവരുന്നു, ആളുകൾ ശരിയായ സമയത്ത്

ശരിയായ സ്ഥലത്ത് പ്രത്യക്ഷപ്പെടുന്നു, പണം ആവശ്യമുള്ളപ്പോൾ കൃത്യമായി വരുന്നു, നമ്മൾ അന്വേഷിക്കുന്ന കണക്ഷനുകൾ സ്വയമേവ നമ്മുടെ മടിത്തട്ടിൽ പതിക്കുന്നു തുടങ്ങിയ അത്ഭുതങ്ങൾ സംഭവിക്കുന്നു. ജീവിതം ഏതാണ്ട് മാന്ത്രികമായി തോന്നുന്നു. സമയം നമുക്ക് ചുറ്റും ചുരുങ്ങുകയും വളയുകയും ചെയ്യുന്നതായി തോന്നുന്നു, അത് ഒരു ബോധവുമില്ലാത്തതുകൊണ്ടാണ്. മറ്റുള്ളവർ ഒരു മാസത്തിനുള്ളിൽ ചെയ്യുന്നതിനേക്കാൾ കൂടുതൽ കാര്യങ്ങൾ കുറച്ച് ദിവസങ്ങൾക്കുള്ളിൽ നമ്മൾ നിർവ്വഹിക്കുന്നു. സമൃദ്ധി, സ്നേഹം, സന്തോഷം, സമാധാനം, ഐക്യം, കൃതജ്ഞത എന്നിവ ഈ അവസ്ഥയിൽ അനുഭവപ്പെടുന്ന അനിവാര്യവും വേർതിരിക്കാനാവാത്തതുമായ വികാരങ്ങളാണ്.

ഓരോ വ്യക്തികളും ഇതുപോലെ തോന്നിയ സന്ദർഭങ്ങൾ മുമ്പും അനുഭവിച്ചിട്ടുണ്ട്. പലരും ഈ പ്രതിഭാസം അനുഭവിച്ചിട്ടുണ്ടെങ്കിലും, വളരെ കുറച്ചുപേർക്ക് മാത്രമേ ഇത് ദീർഘകാലത്തേക്ക് നിലനിർത്താൻ കഴിയൂ. പ്രധാന കാരണം, മിക്കവരും വീണ്ടും ചിന്തയിലേക്ക് മടങ്ങുകയും അവർ സ്വയം "അത് കണ്ടുപിടിക്കണം" എന്ന് വിശ്വസിക്കുകയും ചെയ്യുന്നു. അത്ഭുതം പോലുള്ള സംഭവങ്ങളും സാഹചര്യങ്ങളും സൃഷ്ടിക്കാനുള്ള ഈ ശക്തി നമുക്ക് നഷ്ടപ്പെടുന്നത്, ചിന്തിക്കാൻ തുടങ്ങുമ്പോഴാണ്.

നമ്മൾ എല്ലാം കണ്ടുപിടിക്കണമെന്നില്ല, അല്ലെങ്കിൽ എല്ലാം കണ്ടുപിടിക്കാൻ പോലും ഇല്ല എന്നതാണ് സത്യം. നമ്മുടെ പരിമിതമായ മനസ്സിന് എങ്ങനെ മനസ്സിലാക്കാനും ലോകത്തെ മുഴുവൻ നമ്മുടെ ആഗ്രഹങ്ങൾക്കനുസരിച്ച് കൈകാര്യം ചെയ്യാൻ ശ്രമിക്കാനും കഴിയും?

ദൈവത്തേക്കാൾ കൂടുതൽ അറിയാമെന്ന് ചിന്തിക്കുമ്പോൾ മാത്രമാണ് നമ്മൾ പ്രശ്നങ്ങളിൽ അകപ്പെടുന്നത്.

നമുക്ക് ദൈവത്തേക്കാൾ കൂടുതൽ അറിയേണ്ടതില്ല, ചിന്തിക്കേണ്ടതു പോലുമില്ല എന്നതാണ് വലിയ കാര്യം. നമ്മൾ ചെയ്യേണ്ടത് നമ്മുടെ സ്വന്തം അവബോധത്തിൽ വിശ്വസിക്കുകയും നമ്മുടെ ആന്തരിക ജ്ഞാനം നമുക്ക് ഏറ്റവും അനുയോജ്യമായ വഴി കാണിക്കുമെന്ന് വിശ്വസിക്കുകയും ചെയ്യുക എന്നതാണ്. ഏറ്റവും സമൃദ്ധവും സന്തോഷകരവും വിജയകരവുമായ ആളുകളോട് നിങ്ങൾ അത് എങ്ങനെ ഉണ്ടാക്കി എന്ന് ചോദിക്കുമ്പോൾ, അവർ സാധാരണയായി അവരുടെ വിജയത്തിന് ഏതെങ്കിലും തരത്തിലുള്ള ഉയർന്ന ശക്തിയോ ഭാഗ്യമോ കാരണമാക്കും. ഈ ആളുകൾ തങ്ങളേക്കാൾ മഹത്തായ ഒന്നിൽ വിശ്വസിക്കുന്നു, അങ്ങനെ

അവരുടെ വിജയം തികഞ്ഞ ഇച്ഛാശക്തിയുടെയും മൃഗീയശക്തിയുടെയും ഫലമാകുന്നതിനുപകരം, അതിലേക്ക് ഹേതുവാകുന്നു.

ജീവിതത്തിൽ പൂർണ്ണമായും നമ്മുടെ നിയന്ത്രണത്തിന് പുറത്തായ നിരവധി കാര്യങ്ങളുണ്ട്, മാത്രമല്ല അതിന്റെ വളരെ ചെറിയൊരു ഭാഗം മാത്രമേ നമുക്ക് നിയന്ത്രിക്കാൻ കഴിയൂ. ജീവിതത്തെ നിയന്ത്രിക്കാൻ കഴിയാത്തതിനാൽ നാം ഉപേക്ഷിക്കുന്നു എന്നല്ല ഇതിനർത്ഥം, ഇത് തികച്ചും വിപരീതമാണ്. എല്ലാം നമ്മുടെ വഴിക്ക് സംഭവിക്കാൻ നിർബന്ധിക്കുകയും നിയന്ത്രിക്കുകയും ചെയ്യേണ്ടതില്ലെന്ന് നാം മനസ്സിലാക്കുമ്പോൾ, കഷ്ടപ്പാടുകളിൽ നിന്നും വേദനകളിൽ നിന്നും നിരാശയിൽ നിന്നും നാം സ്വതന്ത്രരാകും, പകരം എല്ലാം നമുക്ക് വേണ്ടി സംഭവിക്കുന്ന ചിന്താശൂന്യമായ അവസ്ഥയിലേക്ക് വീഴാൻ തുടങ്ങുന്നു. നമ്മൾ ഇപ്പോഴായിരിക്കുന്ന അവസ്ഥയിലുള്ള വ്യക്തിയാകാൻ സഹായിക്കുന്നതിനാണ് നമ്മുടെ ജീവിതത്തിൽ എല്ലാം കൃത്യമായി സ്ഥാപിച്ചിരിക്കുന്നതെന്നും എന്തെങ്കിലും മാറ്റിയാൽ, ഇപ്പോൾ നമ്മൾ ആയിരിക്കുന്നതുപോലെ ആകില്ല എന്നും നാം മനസ്സിലാക്കാൻ തുടങ്ങുന്നു. നമ്മൾ ഇപ്പോൾ ആയിരിക്കുന്ന രീതിയിലേക്ക് എത്തുന്നതിന് ദശലക്ഷക്കണക്കിന് ചെറിയ സാഹചര്യങ്ങളും സംഭവങ്ങളും ഉണ്ടാകേണ്ടതുണ്ടായിരുന്നു. അത് ആസൂത്രണം ചെയ്യുന്നത് അസാധ്യവും വ്യർത്ഥവുമായിരുന്നിട്ടും നമ്മൾ ഇവിടെ ജീവിക്കുന്നു. ഇതാണ് ജീവിതത്തിന്റെ അത്ഭുതം.

നമ്മുടെ ജീവിതത്തിൽ കാര്യങ്ങൾ നിയന്ത്രിക്കേണ്ടതില്ലെന്ന് ഞങ്ങൾ പറഞ്ഞ ഒരു പോയിന്റിലേക്ക് ഒന്നു മടങ്ങാം, ഞാൻ ഒരു മുന്നറിയിപ്പിനെ തെളിച്ചു കാണിക്കാൻ ആഗ്രഹിക്കുന്നു. നമ്മുടെ ജീവിതത്തിൽ സംഭവിക്കുന്ന എല്ലാ കാര്യങ്ങളും നമുക്ക് നിയന്ത്രിക്കാൻ കഴിയില്ല എന്നത് ശരിയാണ്, എന്നാൽ നമുക്ക് നിയന്ത്രിക്കാൻ കഴിയുന്നത് നമ്മൾ ചിന്തിക്കുന്നോ ഇല്ലയോ എന്നുള്ളതാണ് (നമ്മുടെ എല്ലാ പ്രശ്നങ്ങൾക്കും നിഷേധാത്മക വികാരങ്ങൾക്കും മൂലകാരണം ഇതാണ്). ജീവിതത്തിൽ എപ്പോൾ വേണമെങ്കിലും നമ്മുടെ ജീവിതാനുഭവം മാറ്റാനും ഏത് നിമിഷവും നമുക്ക് എങ്ങനെ അനുഭവപ്പെടുന്നുവെന്നും നമുക്ക് തീരുമാനിക്കാം. ഇങ്ങനെയാണ് നമുക്ക് സന്തുഷ്ടരായിരിക്കാനുള്ള ഒരു തിരഞ്ഞെടുപ്പ് നടത്താൻ കഴിയുന്നത് – നമ്മുടെ ചിന്തയെ ഉപേക്ഷിക്കാൻ തീരുമാനിക്കുന്നതിലൂടെ. എല്ലാത്തിനുമവസാനം അതല്ലേ ആത്യന്തികമായി പ്രധാനം? നമുക്ക് എന്തുണ്ട് എന്നതിനെ കുറിച്ചല്ല, മറിച്ച് നമുക്ക് ഉള്ളിൽ എങ്ങനെ അനുഭവപ്പെടുന്നു എന്നതാണ്

വിജയത്തിന്റെയും സന്തോഷത്തിന്റെയും പൂർത്തീകരണത്തിന്റെയും യഥാർത്ഥ അളവുകോൽ.

ഞാൻ ഉയർത്താൻ ആഗ്രഹിച്ച മറ്റൊരു കാര്യം, നമുക്ക് ജീവിതത്തിൽ പല കാര്യങ്ങളും നിയന്ത്രിക്കാൻ കഴിയില്ലെങ്കിലും, നമ്മുടെ ജീവിതത്തിൽ എന്താണ് ആവശ്യമെന്ന് നമുക്ക് പറയാൻ കഴിയും, പക്ഷേ അത് എങ്ങനെയെന്നത് നിർബന്ധമല്ല. ഉദാഹരണത്തിന്, നമുക്ക് ഭാവനയുടെ സമ്മാനം ഉണ്ട് (അനന്തമായ ഇന്റെലിജൻസിലേക്കുള്ള പ്രവേശനം), അതായത് നമ്മുടെ ജീവിതത്തിൽ നമ്മൾ ആഗ്രഹിക്കുന്ന എന്തും കൊണ്ടുവരാൻ കഴിയും. ഇതൊരു അത്ഭുതകരമായ അനുഗ്രഹമാണ്, എന്നാൽ അത് എങ്ങനെ സാധ്യമാക്കണമെന്ന് നാം കണ്ടുപിടിക്കണം എന്ന് ചിന്തിക്കുമ്പോഴാണ് കാര്യങ്ങൾ ചീത്തയാകുന്നത്. ഈ ഘട്ടത്തിലാണ് മിക്ക ആളുകളും ക്രൂരമായ ശക്തിയുടെ പാത ഉപേക്ഷിക്കുകയോ തുടരുകയോ ചെയ്യുന്നതും അതിനെ ജീവസുറ്റതാക്കാൻ ശ്രമിക്കുകയും അതിനായി ദിവസവും കഷ്ടപ്പെടുകയും ചെയ്യുന്നത്. അതുകൊണ്ടാണ് ജീവിതത്തിൽ നമ്മൾ ആഗ്രഹിക്കുന്ന കാര്യങ്ങൾക്കായി നമ്മൾ കഠിനാധ്വാനം ചെയ്യുകയും കഷ്ടപ്പെടുകയും ചെയ്യണമെന്ന് ആളുകൾ വിശ്വസിക്കുന്നത്. അത് കേവലം ശരിയല്ല. ജീവിതത്തിൽ നമ്മൾ ആഗ്രഹിക്കുന്നത് എങ്ങനെ നേടാം എന്ന് നമ്മൾ കണ്ടുപിടിക്കണം എന്ന് വിചാരിച്ചാൽ മാത്രമേ അത് ശരിയാകൂ. നമുക്ക് ആവശ്യമുള്ളത് കൊണ്ടുവരിക എന്നതാണ് നമ്മുടെ ജോലി, അത് എങ്ങനെ നേടാം എന്നല്ല. എങ്ങനെ എന്നത് യഥാർത്ഥത്തിൽ പ്രപഞ്ചത്തെ ആശ്രയിച്ചിരിക്കുന്നു. എന്തായാലും ഇത് ഏറ്റവും മികച്ച സാഹചര്യമാണ്, കാരണം ജീവിതത്തിൽ നിങ്ങൾ ആഗ്രഹിക്കുന്നത് കൊണ്ടുവരാൻ അനന്തമായ വഴികളുണ്ട്, എന്നിരുന്നാലും നമ്മുടെ ചെറിയ പരിമിതമായ തലച്ചോറിൽ നിന്ന് അത് കണ്ടെത്തുന്നതിനുള്ള അനുമാനം പരാജയമായിരിക്കും.

എല്ലാം അനുമാനിക്കാൻ ശ്രമിക്കുമ്പോൾ മാത്രമാണ് നമ്മൾ കഷ്ടപ്പാട് അനുഭവിക്കുന്നത്, അതിനാൽ അത് ചെയ്യേണ്ട ആവശ്യമില്ല. നമ്മൾ ആഗ്രഹിക്കുന്നത് പ്രകടമാക്കുന്നതിന് തത്സമയം എന്താണ് ചെയ്യേണ്ടതെന്ന് കൃത്യമായി കാണിക്കാൻ സഹായിക്കുന്നതിന് നമ്മുടെ അവബോധത്തെയും ആന്തരിക ജ്ഞാനത്തെയും ആശ്രയിക്കാൻ ആഗ്രഹിക്കുന്ന സമയമാണിത്. എല്ലാം മുൻകൂട്ടി കണ്ടുപിടിക്കാൻ ശ്രമിക്കേണ്ട ആവശ്യമില്ല. **നമ്മൾ ആഗ്രഹിക്കുന്നത് മനസ്സിൽ പിടിച്ചുകൊണ്ട് ചിന്തിക്കാത്ത അവസ്ഥയിൽ എത്തുക എന്നതാണ് നമ്മുടെ ഭാഗം. ഇത് നമ്മുടെ അനന്തമായ**

ബുദ്ധി (ദൈവം) ഉപയോഗിക്കാൻ നമ്മെ പ്രാപ്തരാക്കുന്നു, അതുവഴി നമുക്ക് ആവശ്യമുള്ളപ്പോൾ കൃത്യമായി ഉത്തരങ്ങൾ വെളിപ്പെടുത്തും.

നടക്കാൻ തുടങ്ങുമ്പോൾ മാത്രമേ മുന്നോട്ടുള്ള പാത വെളിപ്പെടുകയുള്ളൂ. നമുക്ക് മുൻകൂട്ടി കാണാനായി പാത മുഴുവൻ പ്രകാശിപ്പിക്കുന്ന ഒരു കാലം ഒരിക്കലും ഉണ്ടാകാൻ പോകുന്നില്ല. അത് വിശ്വാസത്തിന്റെ ആവശ്യകതയെ പൂർണ്ണമായും നിരാകരിക്കും, അതുകൊണ്ടാണ് എന്തെങ്കിലും പ്രകടമാക്കുമ്പോൾ വിശ്വാസവും പ്രത്യാശയും വളരെ പ്രാധാന്യമർഹിക്കുന്നത്.

നമ്മൾ സൃഷ്ടിക്കാൻ ആഗ്രഹിക്കുന്നത് നമ്മിലേക്ക് വരുമെന്ന പൂർണ്ണവും അചഞ്ചലവുമായ വിശ്വാസം നമുക്കുണ്ടായിരിക്കണം. അത് എങ്ങനെ സംഭവിക്കുമെന്ന് ആസൂത്രണം ചെയ്യാൻ പ്രപഞ്ചത്തിൽ പൂർണ്ണമായി വിശ്വസിച്ചുകൊണ്ട് മാത്രമേ നമുക്ക് ഇത് ചെയ്യാൻ കഴിയൂ. ജീവിതത്തിൽ നാം ആഗ്രഹിക്കുന്നത് എപ്പോഴും നമുക്ക് നേടാനാകും, അത് നമുക്ക് അനുയോജ്യമായ സമയത്തോ അല്ലെങ്കിൽ അത് പ്രകടമാകാൻ ആഗ്രഹിക്കുന്ന രീതിയിലോ ആയിരിക്കണമെന്നില്ല.

നമ്മുടെ അവബോധവും ആന്തരിക ജ്ഞാനവും (ദൈവം) യഥാർത്ഥത്തിൽ എല്ലാ സമയത്തും നമ്മോട് സംസാരിക്കുന്നു. നിങ്ങൾ എന്താണ് ചെയ്യേണ്ടതെന്ന് എപ്പോഴും *അറിയാവുന്ന* ആ ചെറിയ ശബ്ദം നിങ്ങൾക്കറിയാമോ? ഒരുപക്ഷേ അത് നിങ്ങളുടെ ജോലി ഉപേക്ഷിക്കുക, നിങ്ങളെ വേദനിപ്പിച്ച വ്യക്തിയോട് ക്ഷമിക്കുക, ആരോടെങ്കിലും ചോദിക്കുക, അല്ലെങ്കിൽ മറ്റൊരാളുമായി വീണ്ടും ബന്ധപ്പെടുക എന്നിങ്ങനെയൊക്കെ ആകാം. നിങ്ങൾ എന്താണ് ചെയ്യേണ്ടതെന്ന് നിങ്ങൾക്കറിയാവുന്നിടത്ത് നിങ്ങൾക്ക് ലഭിക്കുന്നത് ആ ധൈര്യമാണ്. നിങ്ങളുടെ ഉള്ളം നിങ്ങളോട് അത് ചെയ്യാൻ പറഞ്ഞ ഒരു നിമിഷത്തിനുള്ളിൽ എന്തെങ്കിലും ചെയ്യാത്തതിൽ നിങ്ങൾ എപ്പോഴെങ്കിലും ഖേദിച്ചിട്ടുണ്ടോ? നിങ്ങൾക്ക് എപ്പോഴെങ്കിലും എന്തെങ്കിലും ചെയ്യാൻ ധൈര്യം തോന്നിയിട്ടുണ്ടോ, പക്ഷേ എന്തുകൊണ്ടെന്ന് നിങ്ങൾക്ക് യുക്തിസഹമായ ന്യായവാദം ഇല്ല, എന്നാൽ എന്തായാലും നിങ്ങൾ അത് ചെയ്തു, അതിശയകരമായ കാര്യങ്ങൾ പിന്നീട് സംഭവിച്ചു? **അതാണ് നിങ്ങളുടെ അവബോധം.**

നമ്മുടെ അവബോധം ചിന്തകളുടെ രൂപത്തിലാണ് നമ്മിലേക്ക് വരുന്നത്. എന്നാൽ നമ്മൾ മുൻ അധ്യായത്തിൽ ചർച്ച ചെയ്തതുപോലെ ചിന്തകളും ചിന്തിക്കുന്നതും തമ്മിൽ വലിയ വ്യത്യാസമുണ്ടെന്ന് ഓർക്കുക. ചിന്തകൾ പ്രകൃതിയാൽ

ദൈവികമാണ്, അവ എവിടെനിന്നോ നമ്മുടെ മനസ്സിലേക്ക് കടന്നുവരുന്നതുപോലെ അനുഭവപ്പെടുന്നു. മറുവശത്ത് ചിന്തിക്കുക എന്നത് നമ്മൾ സ്വയം സൃഷ്ടിക്കുന്ന ഒരു സ്വമേധയാലുള്ള, കഠിനാധ്വാനമാണ്. അത് വളരെ ഭാരമുള്ളതും സാധാരണയായി നകാരാത്മകമായ വികാരങ്ങൾ ഘടിപ്പിച്ചിരിക്കുന്നതുമാണ്. നിങ്ങൾക്ക് അനന്തമായ ബുദ്ധിയിൽ നിന്ന് ദൈവിക ചിന്തകൾ ഉണ്ടാകുമ്പോൾ, അറിവിന്റേതായ ഒരു കാര്യബോധം അതിലുണ്ട്. അതിൽ സത്യം അടങ്ങിയിരിക്കുന്നു, അത് ശരിയാണെന്ന് നിങ്ങൾക്ക് ആഴത്തിൽ അറിയാം. നിങ്ങളുടെ അവബോധം ഒരിക്കലും യുക്തിസഹമോ വിവേകപരമോ ആയി തോന്നില്ല, പക്ഷേ അതാണ് യഥാർത്ഥത്തിൽ നമുക്കാവശ്യം, കാരണം അത് പ്രവചിക്കാനാകുന്ന ഒന്നാകണമെന്ന് നമ്മൾ ആഗ്രഹിക്കുന്നില്ല. ഇത് പ്രവചിക്കാവുന്നതായിരുന്നെങ്കിൽ, അത് അത്ഭുതകരമാകില്ല, മാത്രമല്ല പ്രപഞ്ചത്തിന്റെ അനന്തമായ സാധ്യതകൾ അതിൽ അടങ്ങിയിരിക്കില്ല.

നിങ്ങളുടെ അവബോധം മിക്കവാറും എല്ലായ്പ്പോഴും നിങ്ങളുടെ യുക്തിസഹവും വിവേകപരവുമായ മനസ്സിന് എതിരായിരിക്കും, അതിനാൽ അതിനായി തയ്യാറാകുക. മനോഹരമായ ഒരു സൗഹൃദത്തിലേക്ക് നയിക്കുന്ന ഒരു കോഫി ഷോപ്പിൽ വെച്ച് ഈ യാദൃശ്ചിക വ്യക്തിയോട് നിങ്ങൾ സംസാരിക്കണമെന്ന് അല്ലെങ്കിൽ ഒരു സുഹൃത്തിനെ സ്വയമേവ വിളിക്കണമെന്ന് അത് നിങ്ങളോട് മന്ത്രിക്കും. നിങ്ങളുടെ ദൈവിക ദാനത്തിൽ ചുവടുവെക്കാനും ജീവിക്കാനും നിങ്ങൾക്കറിയാവുന്നതിന്റെ സത്യം പങ്കിടാൻ നിങ്ങളെത്തന്നെ അവിടെ നിർത്താനും അത് നിങ്ങളോട് പറയും. നിങ്ങൾ ആഗ്രഹിക്കണമെന്ന് മറ്റെല്ലാവരും പറയുന്നത് പിന്തുടരുന്നതിനെതിരെ ജീവിതത്തിൽ നിങ്ങൾ യഥാർത്ഥത്തിൽ ആഗ്രഹിക്കുന്നത് പിന്തുടരാൻ ഇത് നിങ്ങളെ മൃദുവായി വിളിക്കും. അത് നിങ്ങളോട് സംസാരിക്കുന്ന അനന്തമായ വഴികളുടെ ഏതാനും ഉദാഹരണങ്ങളാണിവ, നിങ്ങൾ അത് പിന്തുടരുമ്പോൾ, അത് എല്ലായ്പ്പോഴും നിങ്ങളുടെ ഭാവനകൾക്ക് അതീതമായ അത്ഭുതങ്ങളും സമൃദ്ധിയും സൃഷ്ടിക്കും.

എന്ത് ചെയ്യണമെന്ന് എപ്പോഴും അറിയുകയും അത് പിൻതുടരുമ്പോഴെല്ലാം സമൃദ്ധി സൃഷ്ടിക്കുകയും ചെയ്യുന്നുവെങ്കിൽ എന്തുകൊണ്ട് കൂടുതൽ ആളുകൾ അവരുടെ അവബോധത്തെ ശ്രദ്ധിക്കുന്നില്ല? ഭയം.

നമ്മുടെ അവബോധത്തെ ശ്രവിക്കുന്നത് ഭയപ്പെടുത്തുന്നതോ അങ്ങേയറ്റം കഠിനമോ ആകാം. കാരണം, നമ്മുടെ അവബോധം

അജ്ഞാതമായ ഇടത്തിലാണ് ജീവിക്കുന്നത്. ക്രമത്തിൽ പറഞ്ഞാൽ, നമ്മുടെ അവബോധം ആത്മീയവും അനന്തമായ സാധ്യതകളുടെ മേഖലയിൽ പ്രവർത്തിക്കുകയും ചെയ്യുന്നു, അത് സ്വഭാവത്താൽ അജ്ഞാത മേഖലയാണ്. എന്ത് സംഭവിക്കുമെന്ന് പ്രവചിക്കാൻ കഴിയാത്തതിനാൽ മനുഷ്യരായ നമ്മൾ എല്ലായ്പ്പോഴും അജ്ഞാതരെ ഭയപ്പെടുന്നു. അജ്ഞാതമായതിലേക്ക് ചുവടുവെക്കുമ്പോൾ മാത്രമേ ജീവിതം നമ്മിലേക്ക് കൊണ്ടുവരാൻ കഴിയുന്ന അനന്തമായ സാധ്യതകൾ അനുഭവിക്കാൻ തുടങ്ങുകയുള്ളൂ. അതുകൊണ്ടാണ് നമ്മുടെ അവബോധത്തെ വിശ്വസിക്കുമ്പോൾ മാന്ത്രിക കാര്യങ്ങളും അത്ഭുതങ്ങളും സംഭവിക്കുന്നത്. നമ്മൾ അക്ഷരാർത്ഥത്തിൽ ശുദ്ധമായ സാധ്യതയുടെ മേഖലയിലേക്കാണ് ചുവടുവെക്കുന്നത്. ഇക്കാരണത്താൽ, നമ്മൾ പ്രകടിപ്പിക്കാൻ ആഗ്രഹിക്കുന്നതിന്റെ "എന്ത്" മാത്രമേ അറിയേണ്ടതുള്ളൂ, എന്നാൽ "എങ്ങനെ" എന്നല്ല.

അത്ഭുതങ്ങളുടെ ഈ ഇടത്തിലേക്ക് നിങ്ങൾക്ക് പ്രവേശിക്കാൻ കഴിയുന്ന ഏക മാർഗ്ഗം ചിന്താശൂന്യതയിലൂടെയാണ്. നമ്മൾ വിചാരിച്ചാൽ, നാം ഉടനടി ബഹിരാകാശത്ത് നിന്ന് പുറത്താക്കപ്പെടുകയും ഉത്കണ്ഠയുടെയും, ചിന്തയുടെയും, കഷ്ടപ്പാടുകളുടെയും അവസ്ഥയിലേക്ക് പ്രവേശിക്കുകയും ചെയ്യുന്നു. ഭൂതകാലത്തെ അടിസ്ഥാനമാക്കി എന്ത് സംഭവിക്കുമെന്ന് പ്രവചിക്കാൻ നമ്മുടെ ചിന്തകൾ ശ്രമിക്കും. ഇക്കാരണത്താൽ, മിക്ക ആളുകൾക്കും അവർക്ക് എല്ലായ്പ്പോഴും ലഭിച്ചതിനേക്കാൾ കൂടുതൽ ലഭിക്കുന്നു. അവരുടെ പരിമിതമായ വ്യക്തിപരമായ മനസ്സ് ഉപയോഗിച്ച് ഇതുവരെ അനുഭവിച്ചിട്ടില്ലാത്ത എന്തെങ്കിലും സൃഷ്ടിക്കാൻ അവർ ശ്രമിക്കുന്നു, അവർ ചിന്തിക്കാത്ത അവസ്ഥയിലേക്ക് പ്രവേശിച്ച് അവരുടെ അന്തർലീനത്തിലേക്ക് പ്രവേശിച്ച് അജ്ഞാതമായതിലേക്ക് കാലെടുത്തുവയ്ക്കണമെന്ന് നിഷ്കളങ്കമായി മനസ്സിലാക്കുന്നില്ല. അനന്തമായ സാധ്യതകളുടെ മണ്ഡലത്തിൽ നമുക്ക് ഒരിക്കലും അനുഭവിച്ചിട്ടില്ലാത്ത എന്തെങ്കിലും സൃഷ്ടിക്കാൻ മാത്രമേ കഴിയൂ, എന്നാൽ അത് സംഭവിക്കാനുള്ള ഒരേയൊരു മാർഗ്ഗം നമ്മൾ മുമ്പ് പോകാത്ത ഇടത്തേക്ക് പോകുക എന്നതാണ്, അത് അജ്ഞാതമാണ്.

ചുരുക്കത്തിൽ, ഈ നിമിഷത്തിൽ നിങ്ങൾ എന്താണ് ചെയ്യേണ്ടതെന്ന് നിങ്ങളുടെ അവബോധത്തിന് എല്ലായ്പ്പോഴും അറിയാം. പക്ഷേ അത് സ്വീകരിക്കുവാനുള്ള ഒരേയൊരു മാർഗ്ഗം ചിന്തിക്കാത്ത അവസ്ഥയിലേക്ക് കടക്കുക എന്നതാണ്. അനന്തമായ

സാധ്യതകളുടെ (അജ്ഞാതമായത്) ഇടത്തിലേക്കാണ് നിങ്ങൾ ചുവടുവെക്കുന്നത് എന്നതിനാൽ നിങ്ങളുടെ വ്യക്തിപരമായ മനസ്സ് അസ്വസ്ഥമാകും, പക്ഷേ നിങ്ങളെ ഭയപ്പെടുത്തുന്നത് വെറും ചിന്തയാണെന്ന് നിങ്ങൾ ഓർക്കുകയാണെങ്കിൽ, ഭയപ്പെടുത്തുന്ന ചിന്തകൾ ഇല്ലാതാകും, ഒപ്പം നിങ്ങളുടെ അവബോധത്തിൽ പ്രവർത്തിക്കുന്നതിന് നിങ്ങൾക്ക് ആവശ്യമായ ധൈര്യവും, സ്വാഭാവികമായും പ്രത്യക്ഷപ്പെടും. അടുത്തതായി എന്ത് സംഭവിക്കുമെന്ന് നിങ്ങൾക്കറിയില്ലെങ്കിലും ജീവിതത്തിലൂടെ നിങ്ങളെ നയിക്കാൻ നിങ്ങളുടെ ആന്തരിക ജ്ഞാനത്തിൽ (ദൈവം) നിങ്ങൾക്ക് വിശ്വാസം ഉണ്ടായിരിക്കേണ്ടത് ഈ നിമിഷത്തിലാണ് – എന്നാൽ അതിൽ സാഹസികതയും സന്തോഷവും ഉണ്ട്. നിങ്ങൾക്ക് ഇതിനകം ഇല്ലെങ്കിൽ ജീവിതത്തിൽ നിങ്ങൾ ആഗ്രഹിക്കുന്നത് പ്രകടിപ്പിക്കാനുള്ള ഒരേയൊരു മാർഗ്ഗം അജ്ഞാതം മാത്രമാണ്. നിങ്ങൾക്ക് ഇല്ലാത്തത് ലഭിക്കാൻ നിങ്ങൾ ചെയ്യാത്തത് ചെയ്യണം. നിങ്ങൾ അവബോധത്തിൽ നിന്ന് പ്രവർത്തിക്കുമ്പോൾ, നിങ്ങൾക്ക് എല്ലായ്പ്പോഴും ഭയം അനുഭവപ്പെടുന്നത് പോലെയല്ല. നിങ്ങളുടെ ചിന്ത ഭയത്തെ ചുറ്റിപ്പറ്റിയുള്ളിടത്തോളം മാത്രമേ ഭയം നിലനിൽക്കുന്നുള്ളൂ. നിങ്ങൾ ഭയം അംഗീകരിക്കുകയും നിങ്ങളുടെ ചിന്ത മാത്രമാണ് ആ വികാരങ്ങൾക്ക് കാരണമാകുന്നതെന്ന് മനസ്സിലാക്കുകയും ചെയ്തുകഴിഞ്ഞാൽ, മിഥ്യാബോധം തകരുകയും നിങ്ങൾ സമാധാനത്തിലേക്കും സന്തോഷത്തിലേക്കും ശുദ്ധമായ സ്നേഹത്തിലേക്കും മടങ്ങിയെത്തുകയും ചെയ്യും. നിങ്ങൾ താമസിക്കാൻ ആഗ്രഹിക്കുന്ന ഇടമാണിത്, നിങ്ങൾക്ക് സ്വയം സങ്കൽപ്പിക്കാൻ കഴിയുന്നതെല്ലാം പ്രകടിപ്പിക്കുന്നതിന് ആവശ്യമായ പോസിറ്റീവ് വികാരങ്ങൾ സൃഷ്ടിക്കാൻ ഇത് നിങ്ങളെ അനുവദിക്കും.

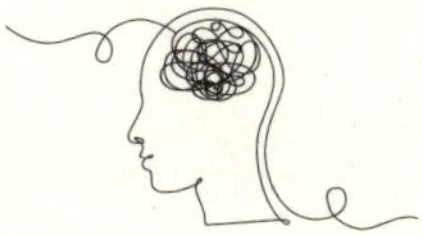

15

അത്ഭുതങ്ങൾക്കുവേണ്ടിയുള്ള ഇടം സൃഷ്ടിക്കുന്നു

“

ഇന്ന് ഞാൻ അത്ഭുതങ്ങൾക്ക് ഇടം നൽകുന്നു.
എത്ര വലിയ അത്ഭുതം എന്നതല്ല, അതിനായി ഞാൻ
എത്ര ഇടം സൃഷ്ടിക്കുന്നു എന്നതാണ് പ്രധാനമെന്ന്
ഞാൻ തിരിച്ചറിയുന്നു.

”

കൈൽ ഗ്രേ

സെൻ ഗുരുവിന്റെയും ഒരു പണ്ഡിതന്റെയും കഥ – നിങ്ങളുടെ കപ്പ് ശൂന്യമാക്കുക

പണ്ട് ജ്ഞാനിയായ ഒരു സെൻ ഗുരുവുണ്ടായിരുന്നു. അദ്ദേഹത്തിന്റെ സഹായം തേടി ദൂരെ നിന്ന് ആളുകൾ എത്തുമായിരുന്നു. പ്രത്യുത്തരമായി അവരെ പഠിപ്പിക്കുകയും ബോധോദയത്തിലേക്കുള്ള വഴി കാണിച്ചുകൊടുക്കുകയും ചെയ്യുമായിരുന്നു. ഒരു പ്രത്യേക ദിവസം, ഒരു പണ്ഡിതൻ ഉപദേശത്തിനായി ഗുരുവിനെ സന്ദർശിക്കാൻ വന്നു. *"സെനിനെക്കുറിച്ച് എന്നെ പഠിപ്പിക്കാൻ താങ്കളോട് ആവശ്യപ്പെടാനാണ് ഞാൻ വന്നത്,"* പണ്ഡിതൻ പറഞ്ഞു.

പണ്ഡിതൻ തന്റെ സ്വന്തം അഭിപ്രായങ്ങളും അറിവുംകൊണ്ട് നിറഞ്ഞ ഒരാളാണെന്ന് താമസിയാതെ വ്യക്തമായി. സ്വന്തം കഥകൾ പറഞ്ഞ് അയാൾ ആവർത്തിച്ച് യജമാനനെ തടസ്സപ്പെടുത്തി, യജമാനൻ പറയുന്നത് കേൾക്കുന്നതിൽ പരാജയപ്പെട്ടു. ചായ കുടിക്കാൻ മാസ്റ്റർ ശാന്തമായി നിർദ്ദേശിച്ചു.

അതിനാൽ യജമാനൻ തന്റെ അതിഥിക്ക് മാന്യമായി ഒരു കപ്പ് ഒഴിച്ചുകൊടുത്തു. കപ്പ് നിറഞ്ഞു, എന്നിട്ടും മേശയിലേക്കും തറയിലേക്കും ഒടുവിൽ പണ്ഡിതന്റെ വസ്ത്രങ്ങളിലേക്കും ഒഴുകുന്നതു വരെ അദ്ദേഹം ഒഴിച്ചുകൊണ്ടിരുന്നു. പണ്ഡിതൻ ഉച്ചത്തിൽ അലറി, *"നിർത്തൂ! കപ്പ് നിറഞ്ഞിരിക്കുന്നു. നിങ്ങൾക്ക് കാണാൻ കഴിയുന്നില്ലേ?"* *"കൃത്യമായി,"* സെൻ മാസ്റ്റർ പുഞ്ചിരിയോടെ മറുപടി പറഞ്ഞു. *"നിങ്ങൾ ഈ കപ്പ് പോലെയാണ് – പരസ്പരം ചേരാത്ത കൂടുതൽ ആശയങ്ങളാൽ നിറഞ്ഞിരിക്കുന്നു. പോയിട്ട് ഒഴിഞ്ഞ കപ്പുമായി എന്റെ അടുത്തേക്ക് മടങ്ങിവരൂ."*

ഒന്നുമില്ലായ്മയെക്കുറിച്ച് എത്രമാത്രം എഴുതാൻ കഴിയും എന്നത് വിരോധാഭാസമാണ്. അതാണ് ഇടം എന്നത് : ഒന്നുമില്ല. പ്രപഞ്ചവും ക്വാണ്ടം ഫിസിക്സും പഠിക്കുമ്പോൾ, എല്ലാം ശൂന്യതയിൽ

നിന്നാണ് വരുന്നതെന്ന് നാം മനസ്സിലാക്കുന്നു. അതിനാൽ, മഹാനായ ആത്മീയ ഗുരുക്കന്മാർ ഇതിനെ മഹത്തായ ഒന്നുമില്ല എന്ന് വിളിക്കുന്നു. സൃഷ്ടി ഉണ്ടാകണമെങ്കിൽ ആദ്യം സ്ഥലം ഉണ്ടായിരിക്കണം. നമ്മുടെ സ്വന്തം മനസ്സിന്റെ കാര്യത്തിലും ഇതുതന്നെ സത്യമാണ്. പുതിയ ചിന്തകൾ പോലുള്ള പുതിയ എന്തെങ്കിലും സൃഷ്ടിക്കാൻ നിങ്ങൾ ആഗ്രഹിക്കുന്നുവെങ്കിൽ, നിങ്ങളുടെ ജീവിതത്തെ മാറ്റിമറിക്കാൻ കഴിയുന്ന പുതിയ ആശയങ്ങൾ സ്വീകരിക്കുന്നതിന് നിങ്ങൾ ആദ്യം ഇടം സൃഷ്ടിക്കണം. ചായക്കപ്പ് പോലെ, നിങ്ങളുടെ മനസ്സ് പൂർണ്ണമായും പഴയ ചിന്തകളാൽ നിറഞ്ഞതാണെങ്കിൽ, നിങ്ങൾ ആഗ്രഹിക്കുന്ന മാറ്റം സൃഷ്ടിക്കാൻ പുതിയ ചിന്തകൾ നിങ്ങളുടെ മനസ്സിലേക്ക് വരുന്നത് അസാധ്യമാണ്.

നമുക്ക് ഈ ഇടം സൃഷ്ടിക്കാൻ കഴിയുന്നത് ചിന്താശൂന്യതയിലൂടെയാണ്. ചിന്തിക്കാനുള്ള നമ്മുടെ കഠിനമായ ശ്രമങ്ങൾ അവസാനിപ്പിച്ചാലുടൻ, പുതിയ ചിന്തകളും ആശയങ്ങളും നമ്മുടെ മനസ്സിലേക്ക് പ്രവേശിക്കാൻ കഴിയുന്ന ഇടം നമ്മൾ ഉടനടി സൃഷ്ടിക്കുന്നു. നമ്മുടെ ഇന്നത്തെ ചിന്താരീതിയെ വെല്ലുവിളിക്കുന്ന ചോദ്യങ്ങൾ നമ്മുടെ മനസ്സിൽ ഇടം സൃഷ്ടിക്കുന്നതിനുള്ള മികച്ച മാർഗ്ഗമാണ്.

ഈ ശൂന്യതയിൽ എല്ലാ മാന്ത്രികതയും സംഭവിക്കുന്നു. ഉദാഹരണത്തിന്, മികച്ച അത്‌ലറ്റുകൾ തീവ്രമായ പരിശീലനത്തിലൂടെ കടന്നുപോകുന്നു, എന്നാൽ മികച്ച അത്‌ലറ്റുകൾക്ക് മികച്ച പ്രകടനത്തിൽ തുടരാൻ പിന്നീട് തുല്യമായ വിശ്രമം ആവശ്യമാണെന്ന് അറിയാം. ഈ വിശ്രമവേളയിലാണ് അവർ സുഖം പ്രാപിക്കുകയും പേശികളെ വളർത്തുകയും ശക്തരാകുകയും ചെയ്യുന്നത്. വിശ്രമത്തിലൂടെ അവർ സ്വയം സൃഷ്ടിക്കുന്ന ഈ ഇടമാണ് അഭ്യാസത്തിൽ നിന്ന് അവർ ആഗ്രഹിച്ചതെല്ലാം പ്രകടമാക്കുന്നത്.

തോമസ് എഡിസൺ ഒരു പ്രത്യേക വെല്ലുവിളി നേരിടുമ്പോൾ, ഓരോ കൈയിലും സ്റ്റീൽ പന്ത് പിടിച്ച് അദ്ദേഹം കസേരയിൽ ഉറങ്ങും. ഒടുവിൽ അയാൾ ഉറക്കത്തിന്റെ ആഴത്തിലുള്ള ഒരു ഘട്ടത്തിലേക്ക് വഴുതി വീഴും, അവിടെ പന്ത് വീഴുകയും അയാളെ ഉണർത്തുകയും അയാളുടെ പ്രശ്നത്തിന് ഒരു പരിഹാരം മനസ്സിൽ തെളിയുകയും ചെയ്യും. എല്ലാം ഒന്നുമില്ലായ്മയിൽ നിന്നാണ് വരുന്നത്, എഡിസൺ തന്റെ പഴയ ചിന്താരീതിയിൽ പ്രശ്നങ്ങൾ പരിഹരിക്കാൻ ശ്രമിക്കുന്നതിനുപകരം തന്റെ മനസ്സിൽ പുതിയ

ചിന്തകൾക്കുള്ള ഇടം സൃഷ്ടിക്കുന്നതിനുള്ള ഈ ആശയം മനസ്സിലാക്കി. പഴയ ചിന്തകൾ തന്റെ വെല്ലുവിളികൾക്ക് പരിഹാരം നൽകാൻ പോകുന്നില്ലെന്ന് അദ്ദേഹത്തിനറിയാമായിരുന്നു.

"പ്രശ്നങ്ങൾ സൃഷ്ടിച്ചപ്പോൾ ഉണ്ടായിരുന്ന അതേ തലത്തിലുള്ള അവബോധം ഉപയോഗിച്ച് നമുക്ക് പ്രശ്നങ്ങൾ പരിഹരിക്കാൻ കഴിയില്ല."

– ആൽബർട്ട് ഐൻസ്റ്റീൻ

ഐൻസ്റ്റീനും എഡിസണെപ്പോലെ വ്യത്യസ്തമായ വിചിത്രവും നിഗൂഢവുമായ പെരുമാറ്റങ്ങൾ ഉണ്ടായിരുന്നു, എന്നാൽ ഇടം സൃഷ്ടിക്കുന്നതിൽ സമാനമായ ധാരണയായിരുന്നു. ഐൻസ്റ്റീൻ ബുദ്ധിമുട്ടുള്ള ഒരു പ്രശ്നത്തിൽ കുടുങ്ങിയപ്പോൾ, അദ്ദേഹം അതിൽ പ്രവർത്തിക്കുന്നത് നിർത്തി വയലിൻ വായിക്കും. അദ്ദേഹം കളിക്കുമ്പോൾ, ഉത്തരം എവിടെയും നിന്ന് അദ്ദേഹത്തിലേക്ക് വരും, തുടർന്ന് അദ്ദേഹത്തിന്റെ പ്രശ്നത്തിനുള്ള പരിഹാരം ലഭ്യമാകും. പ്രപഞ്ചത്തിൽ നിന്ന് ദൈവിക ഡൗൺലോഡുകൾ സ്വീകരിക്കാനായി ചിന്താശൂന്യതയിലൂടെ ഐൻസ്റ്റീൻ തന്റെ മനസ്സിൽ ഇടം സൃഷ്ടിച്ചു.

നമ്മൾ എല്ലാം കണ്ടുപിടിക്കാൻ ശ്രമിക്കേണ്ടതില്ല. നമ്മൾ പ്രതിഭകളായി കരുതുന്ന ആളുകൾ പോലും ലോകത്തിലെ ഏറ്റവും വലിയ കണ്ടുപിടിത്തങ്ങൾ ഉണ്ടാക്കാൻ ശ്രമിച്ചിട്ടില്ല, അപ്പോൾ എന്താണ് ചെയ്യേണ്ടതെന്ന് നമ്മെ ചിന്തിപ്പിക്കുന്നത് എന്താണ്? നമ്മൾ അവരിൽ നിന്ന് വ്യത്യസ്തരല്ല, എല്ലാവരും ഒരേ ഉറവിടവുമായി ബന്ധപ്പെട്ടിരിക്കുന്നു. ശരിയായ ധാരണയോടെ, നമ്മൾ അഭിമുഖീകരിക്കുന്ന ഏത് വെല്ലുവിളിയുടെയും ഉൾക്കാഴ്ചകൾ സ്വീകരിക്കാൻ കഴിയും. തികച്ചും വ്യത്യസ്തമായ ഒരു ജീവിതാനുഭവം ജീവിക്കുന്നതിൽ നിന്ന്, നമ്മൾ ഒരു ചിന്തയും ഒരു ഉൾക്കാഴ്ചയും ഒരു ആശയവും മാത്രം ദൂരത്താണ്.

നിങ്ങൾ ഒരു വെല്ലുവിളി നേരിടുമ്പോൾ ദൈവിക ഡൗൺലോഡുകൾ സ്വീകരിക്കുന്നതിനുള്ള പ്രക്രിയ ഇതാ :

1. നിങ്ങളുടെ ചിന്തയാണ് എല്ലാ നിഷേധാത്മക വികാരങ്ങളുടെയും മൂലകാരണം എന്നറിയുക.
2. വ്യക്തിപരമായ മനസ്സിൽ നിന്ന് ഏതെങ്കിലും ചിന്തയ്ക്ക്

കീഴടങ്ങിക്കൊണ്ട് ഇടം സൃഷ്ടിക്കുക, നിങ്ങളുടെ ആന്തരിക ജ്ഞാനം (ദൈവം/പ്രപഞ്ചം/അനന്തമായ ബുദ്ധി) നിങ്ങൾക്ക് ഉത്തരം നൽകുമെന്ന് പൂർണ്ണമായി വിശ്വസിക്കുക. ഉത്തരം എങ്ങനെ, എപ്പോൾ വരും എന്നതിനെയും സമർപ്പിക്കുക.

3. നിങ്ങൾ കീഴടങ്ങുമ്പോൾ ഉണ്ടാകുന്ന ഏത് വികാരങ്ങളെയും കുറിച്ച് ബോധവാന്മാരാകുക. സ്നേഹം, സമാധാനം, സന്തോഷം എന്നിവയുടെ വികാരങ്ങളെ വലുതാക്കി കാണിക്കുക. നിങ്ങൾ അഭിമുഖീകരിക്കുന്നതിനെ സ്നേഹത്തോടെ കാണുക, ഉത്തരം നിങ്ങളിലേക്ക് വരും.

ഇത് വളരെ ലളിതമാണെന്ന് തോന്നുകയാണെങ്കിൽ, അത് ഒരു നല്ല കാര്യമാണ്. സത്യം എപ്പോഴും ലളിതമാണ്. ഇത് ലളിതമാണെങ്കിലും, ഇത് എല്ലായ്പ്പോഴും എളുപ്പമല്ല, മാത്രമല്ല ഏറ്റവും വലിയ ആത്മീയ ഗുരുക്കന്മാർ പോലും ചിലപ്പോൾ ബുദ്ധിമുട്ടുന്നു. നമ്മുടെ ചിന്തയിൽ കുടുങ്ങിപ്പോകുമ്പോഴല്ല (അത് അനിവാര്യമായതിനാൽ), വീണ്ടും ചിന്തിക്കുമ്പോൾ നമ്മൾ എന്താണ് ചെയ്യുന്നത് എന്നതാണ് പ്രധാനം. നമ്മൾ എന്താണ് ചിന്തിക്കുന്നതെന്ന് മാത്രമേ നമ്മൾക്ക് എപ്പോഴെങ്കിലും അനുഭവിക്കാൻ കഴിയുവെന്നും നമ്മുടെ എല്ലാ കഷ്ടപ്പാടുകളുടെയും മൂലകാരണം ചിന്തയാണെന്നും നിങ്ങൾ നിരന്തരം ഓർക്കുന്നിടത്തോളം, നിങ്ങൾ സ്വതന്ത്രരാണ്.

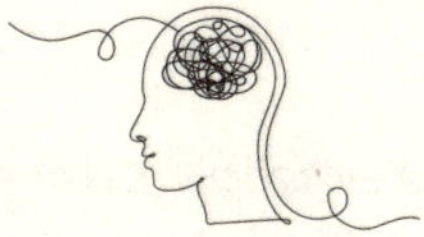

16

നിങ്ങൾ ചിന്തിക്കാതെ ജീവിക്കുമ്പോൾ എന്ത് സംഭവിക്കും (സാധ്യതയുള്ള തടസ്സങ്ങൾ)

“

മറ്റുള്ളവരുടെ പെരുമാറ്റം നിങ്ങളുടെ ആന്തരിക സമാധാനം നശിപ്പിക്കാൻ അനുവദിക്കരുത്.

”

ദലൈ ലാമ

നിങ്ങൾ ചിന്തിക്കാതെയുള്ള നിങ്ങളുടെ യാത്രയിൽ പോകുമ്പോൾ, നിങ്ങൾ അനിവാര്യമായും വഴിയിൽ ചില തടസ്സങ്ങൾ നേരിടും, അതിനാൽ നിങ്ങൾ അഭിമുഖീകരിക്കുന്നതിന് മുമ്പ് അത്തരം ചില പ്രശ്നങ്ങൾ കൊണ്ടുവരാൻ ഞാൻ ആഗ്രഹിക്കുന്നു, അതുവഴി നിങ്ങൾക്ക് ഇത് അൽപ്പം എളുപ്പമാകും.

നിങ്ങൾ ചിന്തിക്കാതെ ജീവിതം നയിക്കാൻ തുടങ്ങിക്കഴിഞ്ഞാൽ, നിങ്ങളുടെ ജീവിതത്തിൽ വളരെയധികം ആകുലതകളോ സമ്മർദ്ദങ്ങളോ പ്രശ്നങ്ങളോ ഇല്ലാത്ത സമയം നിങ്ങൾക്ക് ലഭിക്കും. അവയിൽ പലതും നിങ്ങളുടെ കൺമുന്നിൽ അപ്രത്യക്ഷമാകും, കാരണം നിങ്ങൾ കാര്യങ്ങളെ പ്രശ്നങ്ങളായി കാണുന്നില്ലെങ്കിൽ, അവ അക്ഷരാർത്ഥത്തിൽ നിങ്ങൾക്ക് ഒരു പ്രശ്നമല്ലാതായി മാറും. നിങ്ങൾ ശ്രദ്ധിച്ചാൽ, നിങ്ങളുടെ ജീവിതത്തിൽ ഇത്തരമൊരു സമാധാനവും ശാന്തതയും ഇതിന് മുമ്പ് നിങ്ങൾക്ക് അനുഭവപ്പെട്ടിട്ടില്ല എന്ന് മനസ്സിലാകും, അതിനാൽ അത് അപരിചിതമായി അനുഭവപ്പെടും.

മനുഷ്യരായ നമ്മൾ ജൈവശാസ്ത്രപരമായി അപരിചിതമായത് ഇഷ്ടപ്പെടുന്നില്ല, കാരണം അത് അനിശ്ചിതത്വത്തെ അർത്ഥമാക്കുന്നു. വിരോധാഭാസം എന്തെന്നാൽ, മിക്ക ആളുകളും ഈ സമയം എന്തോ കുഴപ്പമുണ്ടെന്ന് ചിന്തിക്കാൻ തുടങ്ങുന്നു, കാരണം അവർക്ക് ദിവസത്തിന്റെ ഭൂരിഭാഗവും സന്തോഷവും സമാധാനവും തോന്നുന്നു. തങ്ങൾ അത്ര ഉൽപ്പാദനക്ഷമതയുള്ളവരല്ല, അവരുടെ “മൂർച്ച” നഷ്ടപ്പെട്ടു, അല്ലെങ്കിൽ മടിയന്മാരാണെന്ന് പലർക്കും തോന്നുന്നു. ഇത് സത്യത്തിൽ നിന്ന് വളരെ അകലെയാണ്, നിങ്ങളുടെ മസ്തിഷ്കം അത് അനുഭവിക്കാൻ ആഗ്രഹിക്കുന്ന “സുരക്ഷ” എന്ന മിഥ്യ സൃഷ്ടിക്കാൻ വീണ്ടും ചിന്തിക്കാൻ ശ്രമിക്കുന്നു. മനുഷ്യരെന്ന നിലയിൽ നമ്മൾ ഏറ്റവും കൂടുതൽ ഉൽപ്പാദനക്ഷമതയുള്ളവരാകുന്നത് സന്തോഷത്തോടെയും ചിന്തിക്കാത്ത അവസ്ഥയിലുമാണ് എന്നതാണ് സത്യം. നമ്മൾ ശുദ്ധമായ സന്തോഷത്തിൽ ആയിരിക്കുമ്പോൾ സമയം പറക്കുന്നതായി തോന്നുന്നു. ജോലികൾ എളുപ്പമാണ്, ഞങ്ങൾ മികച്ച പ്രകടനം കാഴ്ചവയ്ക്കുന്നു, ആളുകൾ

ഞങ്ങളിലേക്ക് ആകർഷിക്കപ്പെടുന്നു, ഞങ്ങൾ കൂടുതൽ സമൃദ്ധി ആകർഷിക്കുന്നു, അത്ഭുതങ്ങൾ ഒരിടത്തുനിന്നും സംഭവിക്കാൻ തുടങ്ങുന്നു. ഈ കാര്യങ്ങൾ അനുഭവിക്കാൻ നിങ്ങൾ ദീർഘനേരം ചിന്തിക്കാത്ത അവസ്ഥയിൽ നിൽക്കണം, നിങ്ങൾക്ക് ഒരിക്കലും തിരിച്ചുപോകാൻ ആഗ്രഹിക്കുകയില്ല.

അപ്പോഴാണ് വിശ്വാസം പരമപ്രധാനമാകുന്നത് – കാര്യങ്ങൾ ശരിയാകുമെന്ന് വിശ്വസിക്കുക. പ്രപഞ്ചം നിങ്ങൾക്കെതിരെയല്ല, നിങ്ങൾക്കുവേണ്ടിയാണ് പ്രവർത്തിക്കുന്നതെന്ന് അറിയുക. എല്ലാം ഒരു കാരണത്താലാണ് സംഭവിക്കുന്നത്, ജീവിതത്തിൽ പരാജയങ്ങളൊന്നുമില്ല, നമുക്ക് വളരാനുള്ള പാഠങ്ങളും അവസരങ്ങളും മാത്രം. അജ്ഞാതമായ കാര്യങ്ങളിൽ നമുക്ക് വിശ്വാസമുണ്ടായിരിക്കണം, കാരണം നമ്മൾ ഇപ്പോൾ ജീവിക്കുന്ന ജീവിതത്തേക്കാൾ വ്യത്യസ്തമാകാനുള്ള സാധ്യത ഉൾക്കൊള്ളുന്ന ഒരേയൊരു സ്ഥലമാണിത്. നിങ്ങളുടെ ജീവിതത്തിനായി നിങ്ങൾ ആഗ്രഹിക്കുന്നതെല്ലാം ഉൾപ്പെടെ എല്ലാ സാധ്യതകളും നിലനിൽക്കുന്നത് അജ്ഞാതമാണ്. അജ്ഞാതമായ ഒരു കുതിച്ചുചാട്ടം നടത്താനും ഇനി അതിനെ ഭയപ്പെടാതിരിക്കാനും നിങ്ങൾക്ക് ധൈര്യമുണ്ടായാൽ, നിങ്ങളുടെ ജീവിതം മാറില്ല എന്നത് അസാധ്യമാണ്.

നിങ്ങൾക്ക് വളരെ സമാധാനവും സംതൃപ്തിയും അനുഭവപ്പെടുന്നതിനാൽ എന്തെങ്കിലും കുഴപ്പമുണ്ടെന്ന് നിങ്ങൾക്ക് തോന്നാൻ തുടങ്ങിയാൽ, അത് നിങ്ങളെ വീണ്ടും ചിന്തിപ്പിക്കാൻ ശ്രമിക്കുന്നത് നിങ്ങളുടെ മനസ്സ് മാത്രമാണെന്ന് അറിയുക. നിങ്ങളുടെ മനസ്സാണ് ഏറ്റവും വലിയ വിൽപ്പനക്കാരൻ, വിനാശകരമായ ചിന്തയുടെ ദുഷിച്ച ചക്രത്തിലേക്ക് നിങ്ങളെ തിരികെ കൊണ്ടുവരാൻ എന്താണ് പറയേണ്ടതെന്ന് കൃത്യമായി അറിയാം. ഈ നിമിഷത്തിലാണ് നിങ്ങൾക്ക് അജ്ഞാതമായ കാര്യങ്ങളിൽ വിശ്വാസമുണ്ടാകാനും, സന്തോഷം, സമാധാനം, സ്നേഹം എന്നിവയുടെ വികാരത്തിൽ നിലനിൽക്കാനും അല്ലെങ്കിൽ പരിചിതമായ വേദനയുടെയും മാനസിക കഷ്ടപ്പാടുകളുടെയും പഴയ മാതൃകകളിലേക്ക് മടങ്ങാൻ നിങ്ങൾക്ക് തിരഞ്ഞെടുക്കാനുമാവുന്നത്. ഒന്നുകിൽ നമുക്ക് അജ്ഞാതമായതിൽ സ്വതന്ത്രവും സന്തുഷ്ടരുമായിരിക്കാനോ അല്ലെങ്കിൽ പരിചിതമായതിൽ ഒതുങ്ങിക്കൂടാനും കഷ്ടപ്പെടാനുമോ ഉള്ള തിരഞ്ഞെടുപ്പ് നടത്താം.

നിങ്ങൾ വീണ്ടും ചിന്തയിലേക്ക് വീഴുകയാണെങ്കിൽ, അത് പൂർണ്ണമായും ശരിയാണ്. അതിന്റെ പേരിൽ സ്വയം പഴിക്കരുത്. അത് സംഭവിച്ചു എന്ന കുറ്റബോധം തോന്നരുത്. സ്വയം

ശിക്ഷിക്കേണ്ട ആവശ്യമില്ല, കാരണം അത് ചിന്തയെ ശാശ്വതമാക്കും. ചിന്തിക്കുന്നത് തികച്ചും മനുഷ്യനാണെന്ന് അറിയുക. ഒരിക്കൽ നിങ്ങൾ സ്വയം പിടികൂടി, നിങ്ങളുടെ ചിന്തയാണ് നിങ്ങളുടെ കഷ്ടപ്പാടുകൾക്ക് കാരണമാകുന്നതെന്ന് കണ്ടാൽ, നിങ്ങളെ വീണ്ടും സമാധാനത്തിന്റെയും സന്തോഷത്തിന്റെയും സ്നേഹത്തിന്റെയും അവസ്ഥയിലേക്ക് കൊണ്ടുവരാൻ നിങ്ങൾ ചെയ്യേണ്ടത് ഇത്രമാത്രം. നിങ്ങൾ അനുവദിക്കുകയാണെങ്കിൽ പരിവർത്തനം വേദനയില്ലാതെയും അനായാസമായും സംഭവിക്കാം.

17

ഇനിയെന്ത്?

“

എല്ലാം പൂർത്തിയായി എന്ന് നിങ്ങൾ വിശ്വസിക്കുന്ന ഒരു സമയം വരും, അത് തുടക്കമായിരിക്കും.

”

ലൂയിസ് എൽ'അമോർ

ഇത് പുസ്തകത്തിന്റെ അവസാനമാണെങ്കിലും, ഇത് നിങ്ങൾക്ക് ഒരു പുതിയ ജീവിതത്തിന്റെ തുടക്കം മാത്രമാണ്. സമാധാനം, സ്നേഹം, സന്തോഷം എന്നിവയിൽ നിന്ന് നിങ്ങൾ ഒരു ചിന്ത മാത്രം ദൂരത്താണ് – അത് ചിന്തിക്കാത്ത അവസ്ഥയിൽ നിന്ന് വരുന്നു. ഇത് ഓർത്തുവയ്ക്കുകയും നിങ്ങളുടെ ഹൃദയത്തോട് അടുപ്പിക്കുകയും ചെയ്യുക, കാരണം ജീവിതം അനിവാര്യമായും കഠിനമാകുമ്പോൾ നിങ്ങൾക്കാവശ്യമായ എല്ലാ പ്രതീക്ഷയും ഇതാണ്. ഈ പുസ്തകം വായിക്കുന്നതിന് മുമ്പ് നിങ്ങൾ ഉണ്ടായിരുന്ന അതേ വ്യക്തിയാകില്ലെന്ന് ഞാൻ തുടക്കത്തിൽ തന്നെ വാക്ക് നൽകിയിരുന്നു. തുറന്ന മനസ്സോടെയാണ് നിങ്ങൾ ഈ പുസ്തകം വായിക്കാൻ തുടങ്ങിയതെങ്കിൽ, നിങ്ങൾ ജീവിതത്തെ നോക്കുന്ന രീതിയെ പൂർണ്ണമായും മാറ്റിമറിച്ച നിരവധി ഉൾക്കാഴ്ചകൾ നിങ്ങൾക്ക് ഇതിനകം ലഭിച്ചിട്ടുണ്ട്, അതിനാൽ നിങ്ങൾ മുമ്പത്തെപ്പോലെയല്ല. ഒരു ഉൾക്കാഴ്ചയിൽ നിന്ന് നിങ്ങൾ പുതിയ എന്തെങ്കിലും കണ്ടാൽ, നിങ്ങൾക്ക് അത് കാണാതിരിക്കാൻ കഴിയില്ല. ഒരിക്കൽ നിങ്ങളുടെ ബോധം വികസിച്ചാൽ, അതിന് വീണ്ടും ചുരുങ്ങാൻ കഴിയില്ല. നമ്മൾ ഇടയ്ക്കിടെ മറവി സംഭവിക്കാം അങ്ങനെ നമ്മെത്തന്നെ വേദനിപ്പിക്കുകയും ചെയ്യാം, എന്നാൽ വീണ്ടും അത് ഓർക്കുവാൻ തുടങ്ങുന്നു, അപ്പോൾത്തന്നെ ജീവിതത്തെക്കുറിച്ചുള്ള സദാ വികസിച്ചുകൊണ്ടിരിക്കുന്ന അവബോധമാണെന്ന് നാം അതിനെ പെട്ടെന്ന് തിരിച്ചറിയുകയും വർത്തമാനകാലത്ത് സ്നേഹവും സമാധാനവും സന്തോഷവും കണ്ടെത്തുകയും ചെയ്യുന്നു.

ഇത് വളരെ ലളിതമാണെന്നും, ഉള്ളതെല്ലാം സാധ്യമല്ലെന്നും തോന്നുകയാണെങ്കിൽ, അവിടെ നിങ്ങളുടെ മനസ്സ് മാത്രമാണ് നിങ്ങളെ വീണ്ടും ചിന്തിക്കാൻ പ്രേരിപ്പിക്കുന്നത്. സത്യം ലളിതമാണ്, അത് എല്ലായ്പ്പോഴും നിലനിൽക്കും. സങ്കീർണ്ണവും കുഴഞ്ഞുമറിഞ്ഞതുമായതെന്തും നിങ്ങളെ സത്യത്തിൽ നിന്ന് കൂടുതൽ അകറ്റുകയേയുള്ളൂ. സത്യം നിങ്ങൾ ചിന്തിക്കുന്ന ഒന്നല്ല, മറിച്ച് നിങ്ങൾ അറിയുകയും നിങ്ങളുടെ ആത്മാവിൽ ആഴത്തിൽ

അനുഭവപ്പെടുകയും ചെയ്യുന്ന ഒന്നാണ്. ഇതെല്ലാം അറിയുന്ന നിങ്ങളുടെ ഉള്ളിലെ നിശ്ചലമായ ആന്തരിക ജ്ഞാനം ശ്രദ്ധിക്കുക. അത് നിങ്ങളുടെ ജീവിതത്തിലൂടെ നിങ്ങളെ നയിക്കട്ടെ. നമ്മുടെ ആത്മാവ് കേൾക്കുമ്പോൾ നാം ഏറ്റവും സംതൃപ്തരാകുന്നു. നമ്മൾ പോരാ, നമുക്ക് എന്തെങ്കിലും നഷ്ടപ്പെടുകയാണെന്നും അല്ലെങ്കിൽ നമ്മൾ ആഗ്രഹിക്കുന്നതെല്ലാം ഇല്ലെന്നും ലോകം തുടർച്ചയായി നമ്മോട് പരസ്യം ചെയ്യും. ആളുകൾ അവരുടെ സ്വന്തം അഭിപ്രായങ്ങൾ, വിധിന്യായങ്ങൾ, ഉപദേശങ്ങൾ എന്നിവ നിങ്ങളുടെനേരെ നിരന്തരം വർഷിച്ചുകൊണ്ടിരിക്കും. അവർ അവരുടെ ചിന്തകളിൽ നിഷ്കളങ്കമായി കുടുങ്ങിയിരിക്കുകയാണെന്ന് അറിയുക, അവർ കരുതിയതിന് നന്ദി പറയുക, എന്നാൽ നിങ്ങൾക്ക് അതൊന്നും ആവശ്യമാണെന്ന മിഥ്യാധാരണയിൽ വീഴരുത്. നിങ്ങൾക്ക് എപ്പോഴെങ്കിലും ആഗ്രഹിക്കുന്നതും ആവശ്യമുള്ളതുമായ എല്ലാം നിങ്ങളുടെ ഉള്ളിലുണ്ട്. നിങ്ങൾ ഇതുവരെ ആഗ്രഹിച്ചിട്ടുള്ള സ്നേഹം, സന്തോഷം, സമാധാനം, പൂർത്തീകരണം എന്നിവയെല്ലാം നിങ്ങളാണ്. ആ വസ്തുത മറന്ന് നമ്മുടെ ചിന്തകളിൽ മുഴുകുമ്പോൾ മാത്രമാണ് നാം അത് കാണാതെ പോകുന്നത്.

ശുദ്ധമായ സമാധാനത്തിന്റെ ഈ അവസ്ഥയിൽ തുടരുക, നിങ്ങളുടെ മനസ്സിൽ ഉയർന്നുവരുന്ന ഏതൊരു ചിന്തയും ഉപേക്ഷിക്കുക. നിങ്ങൾ ഈ സ്ഥലത്ത് കൂടുതൽ കാലം താമസിക്കുന്നു, നിങ്ങളുടെ ജീവിതത്തിൽ കൂടുതൽ അത്ഭുതങ്ങൾ ദൃശ്യമാകും. നിങ്ങൾ കണ്ടുമുട്ടുന്ന എല്ലാവരുമായും നിങ്ങൾക്ക് പോയി ഈ സന്ദേശം പങ്കിടാമെങ്കിലും, നിങ്ങളെക്കുറിച്ച് തികച്ചും വ്യത്യസ്തമായ എന്തെങ്കിലും അവർ ശ്രദ്ധിക്കുമെന്നതിനാൽ നിങ്ങൾക്ക് അത് ആവശ്യമില്ല. നിങ്ങൾ ജ്വലിക്കുന്നവരും, ഊർജ്ജസ്വലരും, ശുദ്ധമായ സ്നേഹവും സന്തോഷവും പുറപ്പെടുവിക്കുന്നവരുമായിരിക്കും – അവർ എന്തുകൊണ്ട്, എങ്ങനെ എന്നൊക്കെ ചോദിക്കാൻ തുടങ്ങും. നിങ്ങളുടെ സ്വന്തം മാനസിക ക്ലേശങ്ങൾ എങ്ങനെ അവസാനിപ്പിക്കാമെന്നും സമാധാനം, സ്നേഹം, സന്തോഷം എന്നിവയുടെ ഒരു അവസ്ഥ രൂപപ്പെടുത്തുകയും ചെയ്യുന്നതെങ്ങനെയെന്നും അറിയേണ്ട എല്ലാ കാര്യങ്ങളും നിങ്ങൾ ഇപ്പോൾ സജ്ജീകരിച്ചിരിക്കുന്നു, അത് നിങ്ങൾക്ക് എല്ലായ്പ്പോഴും ലഭ്യമാണ്. ഇത് അറിയുന്നതിന്റെയും ആയിരിക്കുന്നതിന്റെയും ആനന്ദം നിങ്ങൾ ഇതിനകം അനുഭവിച്ചിരിക്കാനുള്ള നല്ല അവസരമുണ്ട്.

നിങ്ങൾ ഈ പുസ്തകം എടുത്തത് തികച്ചും യാദൃശ്ചികമായിട്ടല്ല,

നമ്മളുടെ യാത്ര ഇവിടെ ഒരുമിച്ച് പങ്കിടാൻ നമ്മൾക്ക് കഴിഞ്ഞു. ഇപ്പോൾ ഇവിടെ ഒരുമിച്ചിരിക്കാൻ നമുക്ക് സംഭവിക്കേണ്ടിയിരുന്ന എല്ലാ ദൈവിക മാദ്ധ്യസ്ഥങ്ങളിലും ഞാൻ എപ്പോഴും ആശ്ചര്യപ്പെടുന്നു. ജീവിതം എന്ന് നമ്മൾ വിളിക്കുന്ന ഈ അനന്തമായ മനോഹരമായ അനുഭവത്തിലൂടെ നിങ്ങളെ നയിക്കാൻ നിങ്ങൾ എന്നെ അനുവദിച്ചത് ശരിക്കും വിനീതവും അവിശ്വസനീയമായ അനുഗ്രഹവുമാണ്.

ഈ അധ്യായം അവസാനിപ്പിക്കുന്നതിന് മുമ്പ്, എനിക്ക് ഒരു ചെറിയ കാര്യം ചോദിക്കാനുണ്ട്. ഈ പുസ്തകം സഹായകരമോ ഉൾക്കാഴ്ചയുള്ളതോ ആണെന്ന് നിങ്ങൾ കണ്ടെത്തിയെങ്കിൽ, ആമസോണിൽ ഈ പുസ്തകത്തെക്കുറിച്ച് ഒരു അവലോകനം നൽകാൻ നിങ്ങൾക്ക് 60 സെക്കൻഡ് എടുക്കാൻ കഴിയുമെങ്കിൽ അത് അവിശ്വസനീയമായ ഒരു ബഹുമതിയാണ്. നിങ്ങളുടെ ചിന്തകൾ, സ്ഥിതിവിവരക്കണക്കുകൾ, ഫീഡ്ബാക്ക്, നിങ്ങളുടെ സ്വകാര്യ യാത്ര എന്നിവയെക്കുറിച്ചും അതിനിടയിലുള്ള എല്ലാ കാര്യങ്ങളെക്കുറിച്ചും കേൾക്കാൻ ഞാൻ ശരിക്കും ആഗ്രഹിക്കുന്നു. നിങ്ങൾ അവിടെ പങ്കിടുന്ന കുറച്ച് വാക്കുകൾ, നിങ്ങളുടെ അതേ ഉത്തരങ്ങൾക്കായി തിരയുന്ന നിരവധി ആത്മാക്കൾക്ക് ഈ സന്ദേശം പ്രചരിപ്പിക്കാൻ സഹായിക്കുകയും അത് ഒരാളുടെ ജീവിതത്തെ മാറ്റിമറിക്കുകയും ചെയ്യും (കാരണം അവർ എന്തെങ്കിലും വാങ്ങുന്നതിന് മുമ്പ് ആമസോൺ അവലോകനങ്ങൾ വായിക്കുന്നില്ല, അല്ലേ?).

എന്നോട് കൂടുതൽ ബന്ധപ്പെടാൻ താൽപ്പര്യമുള്ള ആർക്കും, hello@josephnguyen.org എന്ന വിലാസത്തിൽ നിങ്ങളിൽ നിന്ന് എന്തിനെക്കുറിച്ചും എല്ലാത്തിനെക്കുറിച്ചും കേൾക്കാൻ ഞാൻ ആഗ്രഹിക്കുന്നു. മറ്റുള്ളവരുടെ കഥകൾ കേൾക്കുന്നത് എനിക്ക് വളരെ ആഴത്തിലുള്ള സന്തോഷം നൽകുന്നു, അതിനാൽ പങ്കിടാൻ ആഗ്രഹിക്കുന്നവർക്കായി ഞാൻ എന്റെ ഇൻബോക്സ് തുറന്നിടുന്നു. ഞാൻ നിങ്ങളുടെ അഭിപ്രായം എത്രയും പെട്ടെന്ന് കേൾക്കാൻ കാത്തിരിക്കുകയാണ്.

സ്നേഹത്തോടെയും സന്തോഷത്തോടെയും,

ജോസഫ്

പി.എസ്. അടുത്ത കുറച്ച് പേജുകളിൽ, ഈ പുസ്തകത്തിൽ പരാമർശിച്ചിരിക്കുന്ന പലതും നടപ്പിലാക്കാൻ നിങ്ങളെ സഹായിക്കുന്ന ഒരു സംഗ്രഹവും ഗൈഡുകളും ഉണ്ടാകും. നിങ്ങളുടെ ജീവിതമോ ബിസിനസ്സോ മാറ്റുന്നതിന് ഈ തത്വങ്ങൾ പ്രയോഗിക്കുന്നതിന് അധിക സഹായം ലഭിക്കുന്നതിന് നിങ്ങൾക്ക് പ്രചോദനം തോന്നുന്നുവെങ്കിൽ, എങ്ങനെ ഒരുമിച്ച് പ്രവർത്തിക്കാം എന്നതിന്റെ സാധ്യതകൾ പര്യവേക്ഷണം ചെയ്യാൻ എന്റെ വെബ്സൈറ്റ് (www.josephnguyen.org) സന്ദർശിക്കാൻ നിങ്ങളെ ക്ഷണിക്കാൻ ഞാൻ ആഗ്രഹിക്കുന്നു.

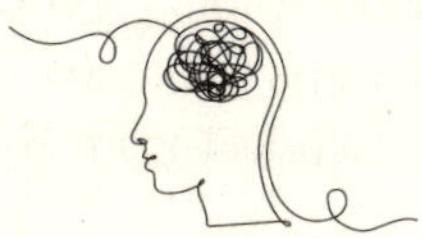

ചിന്താശൂന്യതയുടെ സംഗ്രഹം

- എല്ലാ കഷ്ടപ്പാടുകളുടെയും മൂലകാരണം ചിന്തയാണ്.
- എന്തുകൊണ്ടാണ് നമുക്ക് നെഗറ്റീവ് വികാരങ്ങൾ അനുഭവപ്പെടുന്നത് എന്നതിന് മറ്റൊരു ഉത്തരമില്ല, അത് നമ്മുടെ സ്വന്തം ചിന്തയിൽ നിന്നാണ്. പ്രശ്നപരിഹാരം വളരെ ലളിതമാക്കുന്ന നമ്മുടെ ചിന്തയിലേക്ക് എല്ലാം കണ്ടെത്താനാകും. നമ്മുടെ ചിന്തയാണ് നമ്മുടെ വികാരത്തിന് കാരണമാകുന്നതെന്ന് തിരിച്ചറിഞ്ഞുകഴിഞ്ഞാൽ, നമുക്ക് അത് ഉപേക്ഷിച്ച് സമാധാനത്തിന്റെയും സ്നേഹത്തിന്റെയും സന്തോഷത്തിന്റെയും സ്വാഭാവിക അവസ്ഥയിലേക്ക് മടങ്ങാം. നാം നമ്മുടെ ചിന്തയെ ഉപേക്ഷിക്കുമ്പോൾ, അത് നമ്മുടെ ഉള്ളിൽ നിന്ന് ഉയർന്നുവരാൻ ആഗ്രഹിക്കുന്ന എല്ലാ പോസിറ്റീവ് വികാരങ്ങളെയും അനുവദിക്കുന്നതിന് ഇടം സൃഷ്ടിക്കുന്നു.
- നമ്മൾ ജീവിക്കുന്നത് യാഥാർത്ഥ്യത്തിലല്ല, നമ്മുടെ സ്വന്തം ചിന്തയാൽ സൃഷ്ടിക്കപ്പെട്ട യാഥാർത്ഥ്യത്തിന്റെ ഒരു ധാരണയിലാണ് നമ്മൾ ജീവിക്കുന്നത്.
- ചിന്തിക്കുന്നത് നമ്മുടെ അനുഭവങ്ങളുടെ ഫലമല്ല, മറിച്ച് അതിന്റെ കാരണമാണ്.
- നമ്മുടെ മനസ്സിലെ ചിന്തകൾ വസ്തുതകളല്ല.
- നാം വിശ്വസിച്ചാൽ മാത്രമേ നമ്മുടെ ചിന്തകൾക്ക് നമ്മുടെ മേൽ നിയന്ത്രണമുണ്ടാകൂ. കഷ്ടപ്പാടുകൾ ഉപേക്ഷിക്കാനുള്ള ചിന്തയിൽ വിശ്വാസം ഉപേക്ഷിക്കുക.
- നമ്മുടെ വികാരങ്ങൾ നേരിട്ടുള്ള ഫീഡ്ബാക്കും, നമുക്ക് ധാരണ കുറവാണോ അതോ സത്യത്തിന്റെ പൂർണ്ണമായ വ്യക്തതയുണ്ടോ എന്ന് നമ്മളെ അറിയിക്കുന്നതിനുള്ള ഒരു സഹജമായ ആന്തരിക മാർഗ്ഗനിർദ്ദേശ സംവിധാനവുമാണ്. സത്യത്തെക്കുറിച്ചുള്ള നമ്മുടെ ഗ്രാഹ്യത്തെ ആഴത്തിലാക്കാനുള്ള ക്ഷണമാണ് വികാരങ്ങൾ.
- നമ്മൾ ചിന്തിക്കാത്തപ്പോൾ നമ്മൾ ഒഴുക്കിലാണ്. നമ്മൾ

ചിന്തിക്കാത്തപ്പോൾ നമുക്കും പ്രപഞ്ചത്തിനും എല്ലാ ജീവിതത്തിനും ഇടയിൽ വേർപിരിയലില്ല. നാം സ്രോതസ്സിൽ നിന്ന് സ്വയം വിച്ഛേദിക്കുകയും എല്ലാ വസ്തുക്കളിൽ നിന്നും വേർപെടുകയും ചെയ്യുന്ന (അഹങ്കാരത്തിന്റെ ജനനം) എന്ന് ചിന്തിക്കുമ്പോൾ മാത്രമാണ്.

- ചിന്തയും ചിന്തിക്കുന്നതും രണ്ട് വ്യത്യസ്ത കാര്യങ്ങളാണ്. ചിന്തിക്കുന്നത് ഒരു ക്രിയയാണ്, കഷ്ടപ്പാടുകൾക്ക് കാരണമാകുന്ന നമ്മുടെ കൈകൊണ്ട് പരിശ്രമം ആവശ്യമാണ്. ചിന്തകൾ നാമങ്ങളാണ്, അവ നമ്മിൽ നിന്ന് വരാത്തതും പ്രപഞ്ചത്തിൽ നിന്നുള്ള ദൈവിക ഡൗൺലോഡുകളുമാണ്.
- അതിജീവിക്കാനുള്ള ജീവശാസ്ത്രപരമായ പ്രതികരണമായതിനാൽ നമ്മൾ ചിന്തിക്കുന്നു. ജീവിക്കാൻ നമ്മെ പ്രേരിപ്പിക്കാനാണ് നമ്മുടെ മനസ്സ് ചിന്തിക്കുന്നത്, പക്ഷേ അത് നമ്മെ അഭിവൃദ്ധിപ്പെടുത്താൻ സഹായിക്കുന്നില്ല. അത് നമ്മുടെ സുരക്ഷയും നിലനിൽപ്പും മാത്രമാണ്, പക്ഷേ നമ്മുടെ നിവൃത്തിയല്ല. നമ്മുടെ യഥാർത്ഥ വിളികൾ പിന്തുടരുന്നതിൽ നിന്ന് നമ്മെ തടയുന്ന നിഷേധാത്മക വികാരങ്ങൾ നമ്മുടെ ഉള്ളിൽ ഉളവാക്കിക്കൊണ്ട് ചിന്ത നമ്മെ നമ്മുടെ ഉന്നതങ്ങളിൽ നിന്ന് പിന്തിരിപ്പിക്കുന്നു.
- നമ്മുടെ മനസ്സ് നമ്മുടെ വ്യക്തിപരമായ അനുഭവങ്ങളിൽ ഒതുങ്ങുന്നു. നിങ്ങളുടെ നിലവിലെ കഴിവുകൾക്കപ്പുറമുള്ള സ്ഥിതിവിവരക്കണക്കുകളും സർഗ്ഗാത്മകതയും അറിവും നിങ്ങൾക്ക് ലഭിക്കണമെങ്കിൽ, നിങ്ങളുടെ പരിമിതമായ മനസ്സിനേക്കാൾ അനന്തമായ ബുദ്ധിയെ കേൾക്കാൻ തിരഞ്ഞെടുക്കുക. സത്യത്തിന്റെ അനന്തമായ സ്രോതസ്സ് നാം അനുവദിച്ചാൽ എല്ലാ സമയത്തും എല്ലാ ആളുകൾക്കും ലഭ്യമാണ്.
- ഈ പ്രപഞ്ചത്തിലെ എല്ലാമായിരിക്കുന്ന ഊർജ്ജമാണ് യൂണിവേഴ്സൽ ഇന്റലിജൻസ്/മനസ്സ്. രൂപത്തിന് മുമ്പുള്ള എല്ലാം എവിടെ നിന്ന് വരുന്നു എന്നതിന്റെ ഉറവിടമാണിത്, നമ്മൾ അതിൽ നിന്നാണ് നിർമ്മിക്കപ്പെട്ടിരിക്കുന്നത്. ഈ ഊർജ്ജത്തിന് ഒരു വികാരമുണ്ട്, അത് സ്നേഹം, സമാധാനം, സന്തോഷം, ബന്ധം, ക്ഷേമം എന്നിവയാണ്. നമ്മുടെ ചിന്തയെ ഉപേക്ഷിക്കുമ്പോൾ നമ്മൾ ഈ അവസ്ഥയിലേക്ക് എത്തിച്ചേരുന്നു, ഇത് നമ്മുടെ സ്വാഭാവിക അവസ്ഥയാണ്.

- നാമെല്ലാവരും എല്ലായ്പ്പോഴും അനന്തമായ ബുദ്ധിശക്തിയുടെ ഒരേ സ്രോതസ്സുമായി ബന്ധപ്പെട്ടിരിക്കുന്നതിനാൽ, ഒരിക്കൽ നാം നമ്മുടെ ചിന്തകൾ ഉപേക്ഷിച്ചാൽ, പുതിയ ചിന്തകൾ, ആശയങ്ങൾ, ഉൾക്കാഴ്ചകൾ എന്നിവ മുമ്പൊരിക്കലും അനുഭവിച്ചിട്ടില്ലെങ്കിൽപ്പോലും നമ്മൾ സ്വീകരിക്കുന്നു. നമ്മുടെ അവബോധത്തെയും ഈ അനന്തമായ ബുദ്ധിയെയും നാം എത്രത്തോളം വിശ്വസിക്കുന്നുവോ അത്രയധികം നമുക്ക് എല്ലായ്പ്പോഴും ലഭ്യമായ ഈ ഉൾക്കാഴ്ചകൾ ലഭിക്കും.
- സമാധാനം, സ്നേഹം, സന്തോഷം, എല്ലാ നല്ല വികാരങ്ങളും മനുഷ്യനെന്ന നിലയിൽ നമ്മുടെ സ്ഥിരസ്ഥിതിയാണ്. നമ്മൾ ചിന്തിക്കാൻ തുടങ്ങുമ്പോൾ മാത്രമാണ്, ആ സ്വാഭാവിക അവസ്ഥയിൽ നിന്ന് നാം പുറത്തുവരുന്നത്. ഒരിക്കൽ നാം നമ്മുടെ ചിന്തയെ ഉപേക്ഷിച്ചാൽ, നാം നമ്മുടെ സ്വാഭാവിക അവസ്ഥയിലേക്ക് മടങ്ങുകയും എല്ലാ പോസിറ്റീവ് വികാരങ്ങളും അനായാസമായി അനുഭവിക്കുകയും ചെയ്യുന്നു.
- നമ്മുടെ ബോധം വികസിപ്പിക്കുന്നതിൽ നിന്നും എല്ലായ്പ്പോഴും ആഴത്തിലുള്ള സ്നേഹം അനുഭവിക്കുന്നതിൽ നിന്നും നമ്മൾ ഒരു ചിന്തയോ ഒരു ഉൾക്കാഴ്ചയോ മാത്രം അകലെയാണ്, അത് ചിന്തിക്കാത്ത അവസ്ഥയിൽ നിന്ന് വരുന്നു.
- വ്യക്തതയാണ് നമ്മുടെ മനസ്സിന്റെ സ്വഭാവവും നമ്മുടെ സ്ഥിരസ്ഥിതിയും.നമ്മുടെ ചിന്തകളിൽകുടുങ്ങിപ്പോകുമ്പോൾ മാത്രമാണ് കാര്യങ്ങൾ അങ്ങനെയല്ലെന്ന് തോന്നുന്നത്. നാം നമ്മുടെ ചിന്തയെ ഉപേക്ഷിക്കുകയാണെങ്കിൽ, സമാധാനം, സ്നേഹം, സന്തോഷം, ശാന്തമായ മനസ്സ് എന്നിവയുടെ "ഫാക്ടറി ഡിഫോൾട്ട്" ക്രമീകരണത്തിലേക്ക് നമ്മൾ മടങ്ങും.
- പ്രപഞ്ചത്തിൽ ഏതോ വ്യക്തി അല്ലെങ്കിൽ ഒരു വസ്തുവിനും അന്തർലീനമായി തെറ്റൊന്നുമില്ല, പക്ഷേ നമ്മുടെ ചിന്ത നമ്മെ അങ്ങനെ ചിന്തിക്കാൻ പ്രേരിപ്പിക്കും. നിങ്ങൾ തകർന്നിട്ടില്ലാത്തതിനാൽ നിങ്ങൾ പരിഹരിക്കപ്പെടേണ്ടതില്ല. നമ്മുടെ കഷ്ടപ്പാടുകളുടെ മൂലകാരണം ചിന്തയാണ് എന്നതാണ് നിങ്ങൾ തിരിച്ചറിയേണ്ടതും

ഓർമ്മിക്കേണ്ടതും. നിങ്ങളുടെ ചിന്തയെക്കുറിച്ച് നിങ്ങൾ ഒന്നും ചെയ്യേണ്ടതില്ല. നിങ്ങൾ ചെയ്യേണ്ടത് ചിന്തയെക്കുറിച്ചുള്ള നിങ്ങളുടെ ധാരണ മാറ്റുക മാത്രമാണ്, നിങ്ങൾ ആരാണെന്ന സത്യത്തിലേക്ക് നിങ്ങൾ മടങ്ങിവരും, അത് നിങ്ങളുടെ ചിന്തയും ശരീരത്തിനും നിങ്ങൾക്കറിയാമെന്ന് നിങ്ങൾ കരുതുന്ന എല്ലാത്തിനും അതീതമാണ്. നിങ്ങളുടെ ചിന്തയെ നിങ്ങൾ ഉപേക്ഷിക്കുന്ന മുറയ്ക്ക്, അനന്തമായ ബുദ്ധിശക്തിയുമായി നിങ്ങൾ ഒന്നായിത്തീരുന്നു, അത് നിങ്ങളുടെ യഥാർത്ഥ സ്വഭാവമായതിനാൽ നിങ്ങൾക്ക് എല്ലായ്പ്പോഴും ലഭ്യമാകുന്ന സ്നേഹത്തിന്റെയും സമാധാനത്തിന്റെയും സന്തോഷത്തിന്റെയും അനന്തമായ സമൃദ്ധി അനുഭവിക്കാൻ നിങ്ങളെ അനുവദിക്കുന്നു.

- നിങ്ങൾ അനന്തമായ ബുദ്ധിക്ക് ഇടം നൽകുമ്പോൾ, അത് നിങ്ങൾക്ക് ഇടം നൽകുന്നു. നിങ്ങൾ അതിനെ എത്രത്തോളം വിശ്വസിക്കുന്നുവോ അത്രത്തോളം അത് നിങ്ങളെ വിശ്വസിക്കുന്നു. നിങ്ങൾക്ക് അതിനായി എത്ര ഇടം ഉണ്ടാക്കാം എന്നതിന് ഒരിക്കലും അവസാനമില്ല. നിങ്ങളുടെ ജീവിതത്തിലും നിങ്ങളുടെ മനസ്സിലും അനന്തമായ ബുദ്ധിശക്തി കടന്നുവരുന്നതിന് നിങ്ങൾ മുൻഗണന നൽകുമ്പോൾ, നിങ്ങളുടെ ജീവിതം മാറും.

ചിന്തിക്കുന്നത് നിർത്താനുള്ള ഒരു വഴികാട്ടി

- നിങ്ങളെ കൂടുതൽ ചിന്തിപ്പിക്കാൻ സാധ്യതയുള്ള കാര്യങ്ങൾ (അല്ലെങ്കിൽ നിങ്ങൾ വഴക്കിലോ ഫൈറ്റ് മോഡിലോ ആകാൻ കാരണമാകുന്ന കാര്യങ്ങൾ) ഇല്ലാതാക്കുക.
- നിങ്ങളെ പ്രചോദിപ്പിക്കുകയോ ആവേശം കൊള്ളിക്കുകയോ ചെയ്യാത്ത നിരവധി കാര്യങ്ങളും പ്രവർത്തനങ്ങളും നിങ്ങളുടെ ജീവിതത്തിൽ ഇല്ലാതാക്കുക.
- ചിന്തിക്കാത്ത അവസ്ഥയിലേക്ക് നിങ്ങളെ എത്തിക്കാൻ സഹായിക്കുന്ന ഒരു അന്തരീക്ഷം സൃഷ്ടിക്കുക.
- നിങ്ങളുടെ ദിവസം സമാധാനപരവും ചിന്തിക്കാത്തതുമായ അവസ്ഥയിൽ ആരംഭിക്കാൻ സഹായിക്കുന്നതിന് പ്രഭാത സജീവമാക്കൽ ആചാരം സൃഷ്ടിക്കുക. ജീവിതത്തിലൂടെ നാവിഗേറ്റ് ചെയ്യാൻ നിങ്ങളെ സഹായിക്കുന്നതിന് അനന്തമായ ഇന്റെലിജെൻസിൽ നിന്നുള്ള സ്ഥിതിവിവരക്കണക്കുകൾ ലഭിക്കാൻ ഈ ഇടം ഉപയോഗിക്കുക.
- വിഘടിപ്പിക്കാനും വിശ്രമിക്കാനും ചിന്തിക്കാത്ത അവസ്ഥയിലേക്ക്മടങ്ങാനുംനിങ്ങളുടെദിവസത്തിൽഇടംസൃഷ്ടിക്കുക. ഇത് നേടാൻ നിങ്ങളെ സഹായിക്കുന്ന നിങ്ങളുടെ പകൽ സമയത്ത് നിങ്ങൾക്ക് ചെയ്യാൻ കഴിയുന്ന കാര്യങ്ങൾ എഴുതുക. അത് ജേർണലിംഗ്, നടക്കുക, ധ്യാനം, നിങ്ങളുടെ വളർത്തുമൃഗങ്ങൾക്കൊപ്പം കളിക്കുക, ഉറങ്ങുക, യോഗ ചെയ്യുക, അല്ലെങ്കിൽ വിശ്രമിക്കുന്ന മറ്റെന്തെങ്കിലും ആകാം.

ചിന്തിക്കുന്നത് എങ്ങനെ നിർത്താം, എന്നതിനുള്ള രൂപരേഖ

1. എല്ലാ കഷ്ടപ്പാടുകളുടെയും മൂലകാരണം ചിന്തയാണെന്ന് മനസ്സിലാക്കുക (ചിന്തയുടെ യഥാർത്ഥ സ്വഭാവം മനസ്സിലാക്കുക).
    - നിങ്ങൾ കഷ്ടപ്പെടുകയാണെങ്കിൽ, നിങ്ങൾ ചിന്തിക്കുകയാണെന്ന് മനസ്സിലാക്കുക.
    - ചിന്തകളും ചിന്തിക്കുന്നതും തമ്മിലുള്ള വ്യത്യാസം തിരിച്ചറിയുക.
    - മൂലകാരണം കണ്ടെത്താൻ ശ്രമിക്കരുത്, ചിന്തയാണ് മൂലകാരണം.

2. നിഷേധാത്മക ചിന്തകൾ നിലനിൽക്കാൻ ഒരു ഇടം സൃഷ്ടിക്കുക
   - അതിനെ അവിടെയിരിക്കാൻ അനുവദിക്കുകയും അത് എന്താണെന്ന് അംഗീകരിക്കുകയും ചെയ്യുക.
   - ഈ വികാരങ്ങൾ ഉൾക്കൊള്ളുന്ന വിശുദ്ധ ഇടമാണ് നിങ്ങളെന്നും എന്നാൽ നിങ്ങൾ തന്നെ വികാരങ്ങളല്ലെന്നും മനസ്സിലാക്കുക.
   - നിങ്ങളുടെ ചിന്തയിൽ തനിച്ചായിരിക്കാൻ ഭയപ്പെടരുത്, നിങ്ങളുടെ ബോധത്തിൽ അത് അനുവദിക്കാൻ ധൈര്യപ്പെടുക. അതിനെ സ്വാഗതം ചെയ്യുക, ചിന്ത അംഗീകരിക്കപ്പെടാൻ ആഗ്രഹിക്കുന്നുവെന്ന് കാണുക.
   - നിഷേധാത്മക ചിന്തകളിൽ നിങ്ങൾ വിശ്വസിക്കുന്നുവെങ്കിൽ മാത്രമേ അവയ്ക്ക് നിങ്ങളുടെ മേൽ ശക്തിയുണ്ടാകൂ എന്ന് മനസ്സിലാക്കുക.
   - ഒരിക്കൽ അവയെ നിങ്ങളുടെ ബോധത്തിൽ നിലനിൽക്കാൻ അനുവദിക്കുകയും വികാരങ്ങളെ ചെറുക്കാതിരിക്കുകയും ചെയ്താൽ, എല്ലാറ്റിനും പിന്നിലെ സത്യം കാണാൻ നിങ്ങൾക്ക് വികാരങ്ങൾക്കപ്പുറത്തേക്ക് നോക്കാം.
   - എല്ലാ വികാരങ്ങളിലും സത്യത്തിന്റെ ഒരു വിത്ത് അടങ്ങിയിരിക്കുന്നു, അത് നിങ്ങളുടെ അവബോധം വർദ്ധിപ്പിക്കാനും ജീവിതത്തെ കൂടുതൽ പൂർണ്ണമായി അനുഭവിക്കാൻ നിങ്ങളെ അനുവദിക്കാനും സഹായിക്കും.

3. നിങ്ങൾ ചിന്തയെ അംഗീകരിച്ചുകഴിഞ്ഞാൽ, അതെല്ലാം കടന്നുപോകാൻ അനുവദിക്കുകയും ഒന്നിലും ചേർന്നു നിൽക്കാതെ സ്വയം ജീവിക്കാൻ അനുവദിക്കുകയും ചെയ്യുക. സമാധാനം, സ്നേഹം, സന്തോഷം എന്നിവ പോലെ സ്വാഭാവികമായും നല്ല വികാരങ്ങൾ ഉയർന്നുവരും. ഈ വികാരങ്ങൾ ഉയർന്നുവരുമ്പോൾ ആസ്വദിക്കാൻ നിങ്ങളെ അനുവദിക്കുക. നിഷേധാത്മക വികാരം ഇപ്പോഴും നിലനിൽക്കുന്നുണ്ടെങ്കിൽ, ആദ്യ ഘട്ടത്തിലേക്ക് മടങ്ങുക, നിങ്ങൾക്ക് കുറച്ച് സമാധാനം കണ്ടെത്തുന്നത് വരെ ആവർത്തിക്കുക.

സാധ്യതയുള്ള തടസ്സങ്ങൾ

1. നിങ്ങളെവിടെയാണോ അവിടെ നിങ്ങളെ എത്തിച്ചത് ചിന്തയാണെന്ന് നിങ്ങൾ കരുതുന്നു, അതിനാൽ ചിന്തയെ ഉപേക്ഷിക്കാൻ ആഗ്രഹിക്കുന്നില്ല.
   - ഇത് ശരിയാണെങ്കിലും, നിങ്ങളെ ഇവിടെ എത്തിച്ചതെന്താണോ അത് നിങ്ങളെ അവിടെ എത്തിക്കില്ലെന്ന് നിങ്ങൾ മനസ്സിലാക്കണം. നിങ്ങളുടെ ജീവിതത്തിൽ ആവർത്തിക്കുന്ന കഷ്ടപ്പാടുകളുടെ ദൂഷിച്ച ചക്രം തകർക്കാൻ നിങ്ങൾ ആഗ്രഹിക്കുന്നുവെങ്കിൽ, നിങ്ങൾ വ്യത്യസ്തമായ എന്തെങ്കിലും ചെയ്യേണ്ടിവരും. ഭ്രാന്ത് ഒരേ കാര്യം വീണ്ടും വീണ്ടും ചെയ്യുന്നു, പക്ഷേ മറ്റൊരു ഫലം പ്രതീക്ഷിക്കുന്നു. നിങ്ങൾക്ക് സന്തോഷം വേണോ വേണ്ടയോ എന്നതാണ് യഥാർത്ഥ ചോദ്യം. നിങ്ങളുടെ എല്ലാ കഷ്ടപ്പാടുകളുടെയും മൂലകാരണം ചിന്തയാണെന്ന് നിങ്ങൾ മനസ്സിലാക്കുകയും ഇനി അസന്തുഷ്ടനാകാൻ ആഗ്രഹിക്കുന്നില്ലെങ്കിൽ, നിങ്ങൾക്ക് വിശ്വാസത്തിന്റെ കുതിപ്പ് ചിന്താശൂന്യതയിലേക്ക് നയിക്കാൻ കഴിയും.

2. വിശ്വാസം പോരാ.
   - എല്ലാ ദിവസവും സന്തോഷവും സമാധാനവും സ്നേഹവും നിറഞ്ഞ ഒരു ജീവിതം ഉണ്ടാകാനുള്ള സാധ്യത പോലും ഉണ്ടാകണമെങ്കിൽ, അത് സാധ്യമാണെന്ന് നിങ്ങൾ ആദ്യം വിശ്വസിക്കണം. ഇക്കാലമത്രയും (പ്രപഞ്ചം/ ദൈവം) അവരെ പരിപാലിക്കുന്ന ജീവശക്തിയാണ് അവർ വളരെ വലിയ ഒന്നിന്റെ ഭാഗമാണെന്ന് വിശ്വസിക്കുകയും വേണം. നമ്മുടെ പരിമിതമായ മനസ്സ കൊണ്ട് പൂർണ്ണമായി മനസ്സിലാക്കാൻ കഴിയാതെ, നമ്മേക്കാൾ വളരെ വലുതായ ഒന്നിൽ വിശ്വസിക്കുന്നത് നമ്മുടെ സ്വമേധയാലുള്ള പ്രയത്നങ്ങൾക്ക് കീഴടങ്ങാനും എല്ലാറ്റിനെയും കുറിച്ചുള്ള ആകുലതയ്ക്കെതിരായി നമ്മുടെ ജീവിതത്തിൽ പൂർണ്ണ സമാധാനം അനുഭവിക്കാനും കഴിയുന്ന ഒരേയൊരു മാർഗ്ഗമാണ്.

3. ഭയം.
   - പ്രപഞ്ചത്തിൽ വിശ്വസിക്കുമ്പോൾ ഭയം തികച്ചും സാധാരണമായ ഒരു വികാരമാണ്, അത് അജ്ഞാത

വുമാണ്. ഭയം എന്നത് നമുക്ക് വളരെ പ്രധാനപ്പെട്ട ഒരു കാര്യമാണ് എന്നതിന്റെ സൂചനയാണ്, അതിനാൽ ഇത് ഒരു വലിയ അടയാളമാണ്. നമ്മൾക്ക് എപ്പോഴും ആഗ്രഹിക്കുന്നതെല്ലാം ഭയത്തിന്റെ മറുവശത്താണ്, ഇത് സത്യമാണെന്ന് നിങ്ങൾക്കറിയാം. നാം ആഗ്രഹിക്കുന്നതെല്ലാം നേടുന്നതിന് നാം വിജയിക്കേണ്ട പരീക്ഷ ഭയം തന്നെയാണ്. എന്തുതന്നെയായാലും നിങ്ങൾ ശരിയാകുമെന്ന് കാണാനും അറിയാനും ഉള്ളിൽ ആഴത്തിൽ പോകുന്നതാണ് പുറത്തേക്കുള്ള വഴി. ഈ ഭയത്തിന് നിങ്ങളെ കൊല്ലാൻ കഴിയില്ല, കൊല്ലുകയുമില്ല, എന്നാൽ നിങ്ങൾ അതിനെ നേരിട്ടില്ലെങ്കിൽ, പകരം നിങ്ങളുടെ എല്ലാ സ്വപ്നങ്ങളുടെയും ജീവൻ അത് എടുക്കും. ചിന്തയാണ് ഭയത്തിന്റെ മൂലകാരണം. നിങ്ങൾ ചിന്തിക്കുന്നില്ലെങ്കിൽ, ഭയമില്ല. ഭയത്തെ മറികടക്കാൻ എങ്ങനെ ചിന്തിക്കുന്നത് നിർത്താം എന്നതിനുള്ള ചട്ടക്കൂട് പിന്തുടരുക, പരിധികളില്ലാതെ ജീവിതം എങ്ങനെയായിരിക്കുമെന്ന് അനുഭവിക്കുക.

നിങ്ങൾ ചിന്തിക്കാത്ത അവസ്ഥയിലാണെങ്കിൽ നിങ്ങൾ എങ്ങനെ അറിയും

നിങ്ങൾ ചിന്തിക്കാതിരിക്കുമ്പോൾ, നിങ്ങൾക്ക് പൂർണ്ണമായ സമാധാനം, സ്നേഹം, സന്തോഷം, അഭിനിവേശം, ആവേശം, പ്രചോദനം, ആനന്ദം, നിങ്ങളുടെ ബോധത്തിന് അറിയാവുന്ന ഏതെങ്കിലും നല്ല വികാരങ്ങൾ എന്നിവ അനുഭവപ്പെടുന്നു. നിങ്ങൾക്ക് ചിന്തകൾ ഉണ്ടാകാം, പക്ഷേ നിങ്ങൾ അവയുമായി ചേർന്നു നിൽക്കുകയും ചിന്തയിൽ നിന്ന് ഉണ്ടാകുന്ന ഘർഷണമോ വേദനയോ ഇല്ലാതെ അവ നിങ്ങളിലൂടെ ഒഴുകാൻ അനുവദിക്കുകയും ചെയ്യുന്നു. നിങ്ങൾക്ക് മാനസികമോ വൈകാരികമോ ആയ യാതനകളൊന്നും അനുഭവപ്പെടില്ല. നിങ്ങൾ ഭൂതകാലത്തെക്കുറിച്ചോ ഭാവിയെക്കുറിച്ചോ ചിന്തിക്കുന്നില്ല. നിങ്ങൾ പൂർണ്ണമായി ഇപ്പോഴത്തെ നിമിഷങ്ങളിലായതിനാൽ അവ നിങ്ങൾക്ക് പ്രശ്നമല്ല അല്ലെങ്കിൽ നിലനിൽക്കുന്നില്ല. നിങ്ങൾ ഒഴുക്കിലാണെന്ന് നിങ്ങൾക്ക് തോന്നുന്നു. നിങ്ങൾക്ക് സമയം, സ്ഥലം, കൂടാതെ നിങ്ങളുടെ സ്വബോധം പോലും നഷ്ടപ്പെടും. നിങ്ങളും ജീവിതവും "ഒന്ന്" എന്ന് തോന്നുന്നു. നിങ്ങൾ ചിന്തിക്കുന്നില്ലെന്ന് അറിയുന്നത് ഇങ്ങനെയാണ്.

പ്രതിഫലന നിർദ്ദേശങ്ങൾ

1-10 സ്കെയിലിൽ, ഇന്ന് നിങ്ങൾ എത്രമാത്രം ചിന്തിച്ചു? (1 താഴ്ന്നത്, 10 ഉയർന്നത്)

നിങ്ങളുടെ ദിവസത്തിന്റെ എത്ര ശതമാനം മല്ലടിക്കുക അല്ലെങ്കിൽ ഓടിരക്ഷപെടുക മോഡിൽ ചെലവഴിച്ചു? എത്ര ശതമാനം വിശ്രമവും ശാന്തവുമായ അവസ്ഥയിൽ ചെലവഴിച്ചു?

ചിന്തിക്കാത്ത അന്തരീക്ഷം സൃഷ്ടിക്കുന്നതിനുള്ള ഒരു വഴികാട്ടി

നിങ്ങളുടെ പരിസ്ഥിതി ഒന്നുകിൽ ചിന്തിക്കാത്ത അവസ്ഥയെ പ്രേരിപ്പിക്കുകയും പിന്തുണയ്ക്കുകയും ചെയ്യും അല്ലെങ്കിൽ അത് നിങ്ങളെ കൂടുതൽ ചിന്താശേഷിയുള്ളതാക്കും.

നമ്മൾ നമ്മുടെ യാഥാർത്ഥ്യത്തെ ഉള്ളിൽ നിന്ന് സൃഷ്ടിക്കുന്നുണ്ടെങ്കിലും, പലപ്പോഴും നമ്മുടെ പരിസ്ഥിതി നമ്മെ ബാധിക്കുന്നു. നാം ഒരു ഭൗതിക ലോകത്ത് ജീവിക്കുന്ന ആത്മീയ ജീവികൾ ആയതിനാൽ, ഈ 3D ലോകത്തിൽ നിന്ന് പൂർണ്ണമായി വേർപെടുത്താൻ നമുക്ക് ഇതുവരെ കഴിയില്ല, അതിനാൽ ചിന്താശൂന്യതയ്ക്ക് അനുകൂലമായ ഒരു അന്തരീക്ഷം സൃഷ്ടിക്കേണ്ടത് പ്രധാനമാണ്. ഉൽപ്പാദനക്ഷമമാകുന്നതിന്, കൂടുതൽ കാര്യങ്ങൾ ചെയ്യാൻ ശ്രമിക്കുന്നതിനുപകരം ശ്രദ്ധാശൈഥില്യം ഇല്ലാതാക്കുക എന്നതാണ് അതിനുള്ള ഏറ്റവും നല്ല മാർഗ്ഗം.

അതുപോലെ, നമുക്കറിയാവുന്ന പല കാര്യങ്ങളും നാം ഒഴിവാക്കിയാൽ, ചിന്തയിലേക്ക് വീണ്ടും നമ്മെ തിരിച്ചുവിടാൻ പ്രേരിപ്പിച്ചേക്കാം, അപ്പോൾ നമുക്ക് കൂടുതൽ എളുപ്പത്തിൽ ചിന്തിക്കാത്ത ഒരു സമാധാനപരമായ അവസ്ഥയിൽ തുടരാൻ കഴിയും. പരിസ്ഥിതി മാറ്റുകയും സ്വയം മാറാതെയുമിരിക്കുക എന്നത് ദീർഘകാലം പ്രവർത്തിക്കില്ലെന്ന് ഓർമ്മിക്കുക.

നിങ്ങൾ ജീവിക്കാൻ ഇഷ്ടപ്പെടുന്ന മനോഹരമായ ഒരു ജീവിതം സൃഷ്ടിക്കാൻ വേണ്ടത് രണ്ടിന്റെയും അതിലോലമായ മിശ്രിതമായിരിക്കും.

ചിന്താ പ്രേരണകൾ നീക്കം ചെയ്യുന്നതിനുള്ള രൂപരേഖ

1. നിങ്ങളെ ചിന്തിക്കാൻ കൂടുതൽ വശംവദരാക്കുന്ന കാര്യങ്ങൾ ഏതൊക്കെയാണെന്ന് കാണാൻ ഒരു ഓഡിറ്റ് നടത്തുക ശേഷം ഒരു ലിസ്റ്റ് ഉണ്ടാക്കുക.

   എ. മനസ്സിൽ വരുന്നതെല്ലാം എഴുതുക. നിങ്ങളുടെ പരിതസ്ഥിതിയിലെ ഈ പ്രത്യേക കാര്യം നിങ്ങളെ സഹായിക്കുകയോ വേദനിപ്പിക്കുകയോ ചെയ്യുകയാണെങ്കിൽ നിങ്ങളുടെ അവബോധത്തിലേക്ക് പ്രവേശിക്കുകയും നിങ്ങളുടെ ശരീരത്തിൽ ഊർജ്ജസ്വലത അനുഭവിക്കുകയും ചെയ്യുക എന്നതാണ് സഹായിക്കാൻ കഴിയുന്നത്. നിങ്ങൾ ശാന്തവും മാനസിക സംഘർഷരഹിതമായ അവസ്ഥയിലുമാണെങ്കിൽ, ഉത്തരം വ്യക്തമാകും.

   ബി. കാര്യങ്ങൾ ചിന്തിക്കുന്നതിൽ നിങ്ങൾക്ക് പ്രശ്നമുണ്ടെങ്കിൽ, നിങ്ങളെ ഒരു വഴക്കിലേക്കോ ഓടിപ്പോകുന്ന അവസ്ഥയിലേക്കോ എത്തിക്കുന്നതോ നിങ്ങളെ ഉത്കണ്ഠാകുലരാക്കുന്നതോ അമിതമായി ചിന്തിക്കുന്നതോ ആയ കാര്യങ്ങൾ ഓർമ്മിക്കാൻ ശ്രമിക്കുക. നിങ്ങളെ അതിജീവന അവസ്ഥയിലേക്ക് എത്തിക്കുന്ന ഒന്നും ചിന്തിക്കാത്ത അവസ്ഥ നിലനിർത്താൻ നിങ്ങളെ സഹായിക്കില്ല.

   സി. കാര്യങ്ങളെക്കുറിച്ച് ചിന്തിക്കുന്നത് ഇപ്പോഴും ബുദ്ധിമുട്ടാണെങ്കിൽ, ആഴ്ചയിലെ വിവരങ്ങൾ നിങ്ങൾക്ക് ഒരു ജേർണലിൽ എഴുതി സൂക്ഷിക്കാം. നിങ്ങളെ വഴക്കിലോ ഫ്ലൈറ്റ് മോഡിലോ ആക്കുന്നതായി തോന്നുന്നതെന്തും എഴുതാം. ആഴ്ചാവസാനത്തോടെ നിങ്ങൾക്ക് ഒരു നല്ല ലിസ്റ്റ് ലഭിക്കും.

2. നിങ്ങൾ എഴുതിയ എല്ലാ കാര്യങ്ങളും വിഭാഗങ്ങളായി ക്രമീകരിക്കുക

   എ. വിഭാഗങ്ങളുടെ ചില ഉദാഹരണങ്ങൾ ഇതാ

      I. ശാരീരിക ആരോഗ്യം

         i. നിങ്ങളുടെ ശരീരത്തിൽ ഉൾപ്പെടുത്തുമ്പോൾ, വഴക്കോ ഫ്ലൈറ്റ് പ്രതികരണമോ (ഉത്കണ്ഠ, സമ്മർദ്ദം, അമിതമായ ചിന്ത) അനുഭവിക്കാൻ നിങ്ങളെ കൂടുതൽ പ്രേരിപ്പിക്കുന്ന

കാര്യങ്ങൾ എന്തൊക്കെയാണ്? ഭക്ഷണങ്ങൾ, ഉത്തേജകങ്ങൾ, പാനീയങ്ങൾ മുതലായവ.

II. ഭൗതിക പരിസ്ഥിതി

ii. നിങ്ങളുടെ ശാരീരിക പരിതസ്ഥിതിയിലെ ഏതെല്ലാം കാര്യങ്ങൾക്ക് വഴക്കോ ഫൈറ്റ് പ്രതികരണമോ (ഉത്കണ്ഠ, സമ്മർദ്ദം, അമിതമായ ചിന്ത) അനുഭവിക്കാൻ നിങ്ങളെ കൂടുതൽ പ്രേരിപ്പിക്കാനാകും?

III. ഡിജിറ്റൽ പരിസ്ഥിതി

iii. നിങ്ങളുടെ ഫോണിലോ കമ്പ്യൂട്ടറിലോ ടിവിയിലോ ഉള്ള ഏതൊക്കെ കാര്യങ്ങൾക്ക് വഴക്കോ ഫൈറ്റ് പ്രതികരണമോ (ഉത്കണ്ഠ, സമ്മർദ്ദം, അമിതമായ ചിന്ത) അനുഭവിക്കാൻ നിങ്ങളെ കൂടുതൽ പ്രേരിപ്പിക്കും?

IV. ഡിജിറ്റൽ ഉപഭോഗം

iv. നിങ്ങൾ ഉപഭോഗം ചെയ്യുമ്പോൾ ഏത് മീഡിയ/ഉള്ളടക്കമാണ് ഒരു വഴക്ക് അല്ലെങ്കിൽഫൈറ്റ്പ്രതികരണം(ഉത്കണ്ഠ, സമ്മർദ്ദം, അമിതമായ ചിന്ത) അനുഭവിക്കാൻ നിങ്ങളെ കൂടുതൽ പ്രേരിപ്പിക്കുന്നത്?

3. നിങ്ങൾ എല്ലാം തരംതിരിച്ച ശേഷം, നിങ്ങളുടെ ലിസ്റ്റ് പുനഃക്രമീകരിക്കുക, നിങ്ങളെ ഏറ്റവും കൂടുതൽ ബാധിച്ച കാര്യങ്ങളിൽ തുടങ്ങി കുറഞ്ഞതു വരെ എന്ന രീതിയിൽ ഇനങ്ങൾ റാങ്ക് ചെയ്യാൻ ആരംഭിക്കുക.

4. ഓരോ പട്ടികയിൽ നിന്നും മികച്ച ഇനങ്ങൾ തിരഞ്ഞെടുത്ത് നിങ്ങളുടെ പരിതസ്ഥിതിയിൽ നിന്ന് അത് നീക്കം ചെയ്യുന്നതിനായി നിങ്ങൾ എന്താണ് ചെയ്യാൻ ഉദ്ദേശിക്കുന്നതെന്ന് ഒരു പ്രവർത്തന ഇനം സൃഷ്ടിക്കുക. നിങ്ങളെ കൂടുതൽ സമ്മർദ്ദത്തിന് വിധേയമാക്കാതെ നിങ്ങൾക്ക് കൈകാര്യം ചെയ്യാവുന്നതും നീക്കം ചെയ്യാൻ സാധ്യമായതും മാത്രം തിരഞ്ഞെടുക്കുക (ഇത് വ്യായാമത്തിന്റെ ഉദ്ദേശ്യത്തെ പരാജയപ്പെടുത്തും). ചെറുതായി ആരംഭിക്കുക, മാറ്റങ്ങൾ നിങ്ങൾ പരിചയപ്പെടുകയും ആഘാതം കാണുകയും ചെയ്ത ശേഷം, നിങ്ങൾക്ക് മറ്റ് കാര്യങ്ങൾ ഇല്ലാതാക്കാൻ തുടങ്ങാം.

ചിന്തയില്ലായ്മയുടെ അന്തരീക്ഷം സൃഷ്ടിക്കുന്നതിനുള്ള രൂപരേഖ

ശാന്തവും സമാധാനപരവും ചിന്തിക്കാത്തതുമായ അവസ്ഥയിലേക്ക് നിങ്ങളെ സഹായിക്കുന്ന എല്ലാ കാര്യങ്ങളും എഴുതുക. വ്യായാമം, ധ്യാനം, ഒരു പ്രത്യേക തരം സംഗീതം, ലൊക്കേഷൻ മുതലായവ പോലുള്ള കാര്യങ്ങൾ ഇവയാകാം. നിങ്ങളുടെ ലിസ്റ്റിലെ ഇനങ്ങൾ വിഭാഗങ്ങളായി ക്രമീകരിക്കുക.

1. വിഭാഗങ്ങളുടെ ഉദാഹരണങ്ങൾ

   I. ശാരീരിക ആരോഗ്യം

      എ. ആരോഗ്യവും സുസ്ഥിരമായ ഊർജ്ജവും സമാധാനവും അനുഭവിക്കാൻ നിങ്ങളുടെ ശരീരത്തിൽ ഏതെല്ലാം കാര്യങ്ങൾ നിങ്ങളെ സഹായിക്കുന്നു?

   II. ഭൗതിക പരിസ്ഥിതി

      എ. നിങ്ങളുടെ ഭൗതിക പരിതസ്ഥിതിയിലെ ഏതെല്ലാം കാര്യങ്ങൾ നിങ്ങളുടെ ദൈവിക സ്വത്വവുമായി ഒത്തുചേരാൻ നിങ്ങളെ സഹായിക്കുന്നു?

   III. ഡിജിറ്റൽ പരിസ്ഥിതി

      എ. നിങ്ങളുടെ ഫോണിലോ കമ്പ്യൂട്ടറിലോ ടിവിയിലോ ഉള്ള ഏതെല്ലാം കാര്യങ്ങൾ നിങ്ങളുടെ ദൈവിക സ്വത്വവുമായി ഒത്തു ചേരുന്നതായി അനുഭവിക്കാൻ നിങ്ങളെ സഹായിക്കുന്നു?

   IV. ഡിജിറ്റൽ ഉപഭോഗം

      എ. ഏത് മാധ്യമം/ഉള്ളടക്കമാണ് നിങ്ങൾ ഉപയോഗിക്കുന്നത്?

2. ചിന്താശൂന്യമായ അവസ്ഥയിൽ പ്രവേശിക്കാനും തുടരാനും നിങ്ങളെ സഹായിക്കുന്നത് വരെ ഓരോ വിഭാഗത്തിലെയും ഇനങ്ങൾക്ക് ഏറ്റവും സ്വാധീനമുള്ളത് മുതൽ ഏറ്റവും കുറഞ്ഞ സ്വാധീനം വരെ റാങ്ക് ചെയ്യുക.

3. ഓരോ ലിസ്റ്റിൽ നിന്നും മികച്ച ഇനങ്ങൾ തിരഞ്ഞെടുത്ത് അത് നിങ്ങളുടെ ജീവിതത്തിൽ എങ്ങനെ ഉൾപ്പെടുത്തും എന്നതിനെക്കുറിച്ചുള്ള ഒരു പ്രവർത്തന

ഇനം സൃഷ്ടിക്കുക. ഒറ്റയടിക്ക് വളരെയധികം ചെയ്യാതിരിക്കാൻ ശ്രമിക്കുക, കാരണം അത് അമിതമാകാം. ഇപ്പോൾ നിങ്ങൾക്ക് കൈകാര്യം ചെയ്യാൻ കഴിയുന്നത് ചെയ്യുക, നിങ്ങൾ അത് പരിചയപ്പെട്ടതിന് ശേഷം പിന്നീട് കൂടുതൽ ചേർക്കാവുന്നതാണ്.

4. ഒരു സജീവമാക്കൽ ആചാരമോ പ്രഭാത ദിനചര്യയോ സൃഷ്ടിക്കുക, അത് ചിന്തിക്കാത്ത അവസ്ഥയിലേക്ക് നിങ്ങളെ സഹായിക്കുകയും നിങ്ങളുടെ ഏറ്റവും ഉയർന്ന വ്യക്തിയുമായി പൊരുത്തപ്പെടാൻ സഹായിക്കുകയും ചെയ്യുന്നു. നിങ്ങൾക്ക് ഇപ്പോൾ ചെയ്യാൻ കഴിയുന്ന അനുയോജ്യമായ പ്രഭാത ദിനചര്യ എങ്ങനെയായിരിക്കുമെന്ന് ആസൂത്രണം ചെയ്യുക. ചെറുതായി തുടങ്ങുക, സ്വയം കീഴടക്കരുത്. നിങ്ങൾക്ക് ഇടം സൃഷ്ടിക്കാൻ സമയമുണ്ടെന്ന് ഉറപ്പാക്കുക (ധ്യാനം, യോഗ, അല്ലെങ്കിൽ അനന്തമായ ബുദ്ധിശക്തിയിലേക്ക് ട്യൂൺ ചെയ്യാൻ നിങ്ങളെ സഹായിക്കുന്നതിന് സമാനമായ ഏതെങ്കിലും ആത്മീയ പരിശീലനം പോലെ).

5. നിങ്ങളുടെ ദിവസം എങ്ങനെ തുടങ്ങും എന്നതിന് ആക്കം കൂട്ടും. നിങ്ങളുടെ ഫോൺ, ഇമെയിലുകൾ, നിങ്ങൾ ചെയ്യേണ്ടത് എന്നിവ പരിശോധിച്ച് നിങ്ങളുടെ ദിവസം ആരംഭിക്കുകയാണെങ്കിൽ, നിങ്ങൾ സമ്മർദ്ദത്തിലോവഴക്കിലോഫൈറ്റ്മോഡിലോആണ് നിങ്ങളുടെ ദിവസം ആരംഭിക്കുന്നത്, അത് ദിവസം മുഴുവൻ തുടരും.

6. നിങ്ങൾ നിങ്ങളുടെ ദിവസം സമാധാനപരമായ അവസ്ഥയിൽ ആരംഭിക്കുകയും ചിന്താശൂന്യമായ അവസ്ഥയിലേക്ക് നിങ്ങളെ എത്തിക്കുന്ന ഒരു ദിനചര്യ നിർവ്വഹിക്കുകയും ചെയ്താൽ, നിങ്ങളുടെ ദിവസം മുഴുവൻ ആ ആക്കം നിങ്ങൾ വഹിക്കും, ബാഹ്യമായ കാര്യങ്ങളിൽ കുടുങ്ങിപ്പോകുന്നത് വളരെ ബുദ്ധിമുട്ടായിരിക്കും. നിങ്ങൾ വീണ്ടും ചിന്തയിലേക്കും സമ്മർദ്ദത്തിലേക്കും മടങ്ങുന്നു. അതുകൊണ്ടാണ് എല്ലാ വലിയ ആത്മീയ ഗുരുക്കന്മാർക്കും പ്രഭാത ആചാരങ്ങളോ ഏതെങ്കിലും തരത്തിലുള്ള ദിനചര്യകളോ ഉള്ളത്.

നിങ്ങളുടെ ജോലിയിൽ ചിന്തയില്ലായ്മ നടപ്പിലാക്കുന്നതിനുള്ള രൂപരേഖ

1. നിങ്ങളുടെ ജോലിയിൽ നിങ്ങൾ ചെയ്യുന്ന കാര്യങ്ങളുടെ ഒരു പട്ടിക സൃഷ്ടിക്കുക, അത് നിങ്ങളുടെ ഊർജ്ജം നഷ്ടമാകുന്ന – നിങ്ങൾ ചെയ്യാൻ ഇഷ്ടപ്പെടാത്തതോ നിങ്ങളുടെ ജോലിയിൽ മൊത്തത്തിൽ ഭാരം തോന്നുന്നതോ ആയ കാര്യങ്ങൾ.
2. നിങ്ങളുടെ ജോലിയിൽ നിങ്ങൾ ചെയ്യുന്ന കാര്യങ്ങളുടെ ഒരു പട്ടിക സൃഷ്ടിക്കുക, അത് നിങ്ങൾക്ക് ഊർജ്ജം നൽകുന്ന – നിങ്ങൾക്ക് പ്രചോദനവും ഊർജ്ജസ്വലതയും ജീവനും വെളിച്ചവും നൽകുന്ന കാര്യങ്ങൾ.
3. നിങ്ങളുടെ മുഴുവൻ ലിസ്റ്റിലൂടെയും തിരികെ പോയി 1-10 സ്കെയിലിൽ നിങ്ങൾ ചെയ്യുന്ന ഓരോ പ്രവർത്തനത്തിനും ഒരു സ്ഥാനക്രമം നൽകുക, 1 അത് അങ്ങേയറ്റം ഊർജ്ജം ചോർത്തുന്നതും 10 അത് ചെയ്യുമ്പോൾ അത് നിങ്ങളെ ഏറ്റവും സജീവവും പ്രചോദിപ്പിക്കുകയും ചെയ്യുന്നതുമാവണം.
4. ഓരോ ആഴ്ചയും, നിങ്ങളുടെ ഊർജ്ജം നഷ്ടമാകുന്ന പട്ടികയിൽ നിന്ന് 1-3 കാര്യങ്ങൾ ഒഴിവാക്കുകയും നിങ്ങളുടെ പട്ടികയിലെ 9-ഉം 10-ഉം സ്ഥാനത്തുള്ള കാര്യങ്ങൾ കൂടുതൽ ചെയ്യുകയും ചെയ്യുക.
5. നിങ്ങളുടെ പട്ടികയിലെ 9-ഉം 10-ഉം സ്ഥാനത്തുള്ള കാര്യങ്ങൾ ചെയ്യുന്നതിനായി നിങ്ങളുടെ ജോലി സമയത്തിന്റെ 80% ചെലവഴിക്കുന്ന ഒരു ഘട്ടത്തിലെത്തുക എന്നതാണ് ലക്ഷ്യം.

വിനാശകരമായ ശീലങ്ങൾ/പെരുമാറ്റങ്ങൾ മറികടക്കുന്നതിനുള്ള ഒരു വഴികാട്ടി

നിങ്ങൾ കൂടുതൽ ഇടം സൃഷ്ടിക്കുകയും കൂടുതൽ ചിന്തിക്കാതിരിക്കുകയും ചെയ്യുമ്പോൾ, നിങ്ങൾക്ക് ഉണ്ടായേക്കാവുന്ന നിരവധി നിഷേധാത്മകവും വിനാശകരവുമായ ശീലങ്ങളെക്കുറിച്ച് നിങ്ങൾ ബോധവാന്മാരാകുമെന്ന് നിങ്ങൾ പെട്ടെന്ന് കണ്ടെത്തും, അത് നിങ്ങളെ കൂടുതൽ കഷ്ടപ്പാടുകൾക്ക് വിധേയമാക്കുന്നു. ഇത് പൂർണ്ണമായും ശരിയാണ്. അതിനെക്കുറിച്ച് സ്വയം തല്ലരുത്, കാരണം അത് കാര്യങ്ങൾ കൂടുതൽ വഷളാക്കുകയേയുള്ളൂ. ഏതെങ്കിലും വിനാശകരമായ ശീലങ്ങൾ തകർക്കാൻ നിങ്ങളെ സഹായിക്കുന്ന കൂടുതൽ വിശദമായ മാർഗ്ഗദർശി ചുവടെ കൊടുക്കുന്നു :

1. നിങ്ങൾ മാറ്റാൻ ആഗ്രഹിക്കുന്ന സ്വഭാവത്തെക്കുറിച്ച് ബോധവാന്മാരാകുകയും അത് നിങ്ങൾ യഥാർത്ഥമായി മാറ്റാൻ ആഗ്രഹിക്കുന്ന ഒന്നാണെന്ന് സ്ഥിരീകരിക്കുകയും ചെയ്യുക. കഷ്ടപ്പാടിന്റെ ദൂഷിച്ച ചക്രം മാറ്റാനും നിർത്താനും നിങ്ങൾ ആഗ്രഹിക്കുന്നുവെങ്കിൽ, നിങ്ങൾ മാറുകയും കഷ്ടപ്പാടുകൾ സൃഷ്ടിക്കുന്ന നിങ്ങൾ മുറുകെ പിടിക്കുന്ന വിശ്വാസങ്ങളെ ഉപേക്ഷിക്കുകയും ചെയ്യണമെന്ന് മനസ്സിലാക്കുക. നിങ്ങൾക്ക് ഇത് മാറ്റാൻ താൽപ്പര്യമില്ലെങ്കിൽ, മുന്നോട്ട് പോകുന്നതിൽ അർത്ഥമില്ല, എന്നാൽ നിങ്ങൾക്ക് മാറ്റാൻ താൽപ്പര്യമുണ്ടെങ്കിൽ, നമുക്ക് വിടാനുള്ള പ്രക്രിയ ആരംഭിക്കാം.
2. ഈ സ്വഭാവം കൊണ്ട് എന്താണ് സംഭവിക്കുന്നതെന്ന് കൃത്യമായും സൂക്ഷ്മമായും വിശദമായി എഴുതുക (എത്ര തവണ ഇത് സംഭവിക്കുന്നു, എപ്പോൾ സംഭവിക്കുന്നു മുതലായവ) വിശദാംശങ്ങളൊന്നും ഒഴിവാക്കരുത്.
3. നിങ്ങൾ പെരുമാറ്റം ആരംഭിക്കുന്നതിന് തൊട്ടുമുമ്പുള്ള നിമിഷത്തിൽ നിങ്ങൾക്ക് എന്ത് തോന്നുന്നു? പെരുമാറ്റത്തെ പ്രേരിപ്പിക്കുന്ന വികാരം എന്താണ്? നിങ്ങളോട് സത്യസന്ധത പുലർത്തുക.
4. ഏത് പ്രത്യേക ചിന്താരീതികളാണ് നടക്കുന്നത്? **ഇത് സംഭവിക്കുന്ന നിമിഷത്തിൽ നിങ്ങൾ സ്വയം എന്താണ് പറയുന്നത്?** അത് വിശദമായി വിവരിക്കുക.

5. ഈ ശീലത്തെക്കുറിച്ച് നിങ്ങൾക്ക് എന്ത് വിശ്വാസങ്ങളാണ് ഉള്ളത്? ഈ പെരുമാറ്റം/പ്രവർത്തനം നടത്തണമെന്ന് തോന്നാൻ നിങ്ങളെ പ്രേരിപ്പിക്കുന്ന എന്ത് നിഗമനങ്ങളാണ് നിങ്ങൾ എടുത്തിരിക്കുന്നത്?
6. ആ ചിന്ത വിശ്വസിക്കുമ്പോൾ നിങ്ങൾക്ക് എന്തു തോന്നുന്നു?
7. നിങ്ങൾ പെരുമാറ്റം നടത്തിയില്ലെങ്കിൽ എന്ത് സംഭവിക്കുമെന്ന് നിങ്ങൾ വിശ്വസിക്കുന്നു? മറ്റൊരു വിധത്തിൽ പറഞ്ഞാൽ, നിങ്ങൾ പ്രവർത്തനം നടത്തിയില്ലെങ്കിൽ എന്ത് അനന്തരഫലങ്ങൾ സംഭവിക്കുമെന്ന് നിങ്ങൾ വിശ്വസിക്കുന്നു?
8. നിങ്ങൾ ഒരു പ്രവർത്തി നടത്തിയില്ലെങ്കിൽ അത് സംഭവിക്കുമെന്നത് 100% ശരിയാണോ?
9. ഈ ചിന്ത എത്രത്തോളം വിനാശകരമാണെന്നും അത് നിങ്ങളെ എത്രമാത്രം കഷ്ടപ്പെടുത്തുന്നുവെന്നും നിങ്ങൾക്ക് കാണാൻ കഴിയുമോ?
10. ഈ ചിന്തയും പെരുമാറ്റവും ഇപ്പോൾ ഉപേക്ഷിക്കാൻ നിങ്ങൾ തയ്യാറാണോ?
11. നിങ്ങളുടെ ആന്തരിക ജ്ഞാനത്തെയും അത്യുന്നത സ്വയത്തെയും പരിശോധിക്കുക. എന്താണ് നിങ്ങളോട് പറയാൻ ശ്രമിക്കുന്നത്? എന്താണ് നിങ്ങളെ പഠിക്കാൻ സഹായിക്കാൻ ശ്രമിക്കുന്നത്? നിങ്ങളുടെ ജീവിതത്തിൽ സന്തുലിതാവസ്ഥ പുനഃസ്ഥാപിക്കാൻ അത് നിങ്ങളോട് പറയുന്നതെങ്ങനെ? ഇപ്പോൾ എങ്ങനെ വളരണമെന്ന് നിങ്ങളോട് പറയുന്നു? എന്തുകൊണ്ടാണ് നിങ്ങൾ യഥാർത്ഥത്തിൽ മാറ്റാൻ ആഗ്രഹിക്കുന്നത് എന്നതിനെക്കുറിച്ചുള്ള അനന്തമായ ഇന്റലിജൻസിൽ നിന്നുള്ള ഉൾക്കാഴ്ചയ്ക്കായി ഇടം സൃഷ്ടിച്ച് കാത്തിരിക്കുക.
12. നിങ്ങൾക്ക് ഉൾക്കാഴ്ച ലഭിക്കുമ്പോൾ, സ്വാതന്ത്ര്യവും സമാധാനവും സന്തോഷവും പൂർണ്ണമായി അനുഭവിക്കാൻ നിങ്ങളെ അനുവദിക്കുക. നിങ്ങളുടെ തോളിൽ നിന്ന് ഭാരം ഉയർത്തിയതായി അനുഭവപ്പെടുക. നിങ്ങൾക്ക് ശാരീരികമായും ഊർജ്ജസ്വലമായും ഭാരം കുറഞ്ഞതായി തോന്നുന്നുവെങ്കിൽ നിങ്ങൾ അത് ശരിയായി ചെയ്തുവെന്ന് നിങ്ങൾക്കറിയാം. അഗാധമായ കൃതജ്ഞതയുടെ വികാരത്തിൽ പൂർണ്ണമായും മുഴുകി നിങ്ങളെത്തന്നെ ആകാൻ അനുവദിക്കുക.

13. നിങ്ങൾക്ക് ലഭിച്ച ഏതൊരു ഉൾക്കാഴ്ചയും എഴുതുകയും നിങ്ങളുടെ അനുഭവം ജേണൽ ചെയ്യുകയും ചെയ്യുക, അതുവഴി നിങ്ങളുടെ ജീവിതത്തിലെ ഈ അത്ഭുതങ്ങളുടെ ഒരു ഡോക്യുമെന്റേഷൻ നിങ്ങൾക്ക് ലഭിക്കും.

വികാരം വീണ്ടും ഉയർന്നുവന്നാൽ എന്തുചെയ്യും

നിങ്ങൾ ജീവിതത്തെ നോക്കുന്ന രീതിയെ പൂർണ്ണമായും മാറ്റുന്ന ഒരു ഉൾക്കാഴ്ചയോ മുന്നേറ്റമോ ലഭിക്കുന്നതുവരെ ഈ വഴികാട്ടിയെ വീണ്ടും പിന്തുടരുക.

ശില്പ ബേബീന്ദ്രൻ

കണ്ണൂർ ജില്ലയിൽ ജനനം. ബി കോമിൽ ബിരുദവും എം കോമിൽ ബിരുദാനന്തര ബിരുദവും, ജേർണലിസം ആൻഡ് മാസ്സ് കമ്മ്യൂണിക്കേഷനിൽ പി ജി ഡിപ്ലോമയും പൂർത്തിയാക്കി. രണ്ട് വർഷത്തോളം ഓൺലൈൻ മാധ്യമ രംഗത്ത് പ്രവർത്തിച്ചു.